HỌC ĐẠO
TRONG ĐỜI

HỌC ĐẠO TRONG ĐỜI

NGUYÊN MINH

ISBN-13: 978-1-0907-5163-8
ISBN-10: 1-0907-5163-X

NGUYÊN MINH

HỌC ĐẠO TRONG ĐỜI

CHIA SẺ KINH NGHIỆM TU TẬP PHẬT PHÁP

NHÀ XUẤT BẢN LIÊN PHẬT HỘI
UNITED BUDDHIST PUBLISHER (UBP)

NỘI DUNG

Lời nói đầu

Chuyên mục Lá thư hằng tuần được thực hiện từ đầu năm 2017. Sau khi những lá thư của 26 tuần đầu tiên được chúng tôi biên soạn và xuất bản thành sách với tựa đề *"Kinh nghiệm tu tập trong đời thường"*, nhiều độc giả đã viết thư bày tỏ sự hoan nghênh và các bản sách in ra được độc giả gần xa nhiệt tình đón nhận. Số lượng sách đặt mua qua Amazon cho thấy nhiều Phật tử hải ngoại cũng rất quan tâm đến các chủ đề này.

Kể từ cuối tháng 7 năm 2017, chủ đề của các lá thư được chúng tôi biên soạn theo hướng chuyên sâu hơn, tạo điều kiện để quý độc giả có thể tìm hiểu nhiều hơn về đạo Phật, nhất là các phần giáo lý ứng dụng trong thực tế đời sống. Vì thế, sau khi biên soạn các chủ đề của nửa sau năm 2017 để xuất bản thành sách, chúng tôi quyết định đặt tựa đề là *"Học đạo trong đời"*.

"Học đạo trong đời" là nỗ lực vận dụng lời Phật dạy vào đời sống thường ngày một cách có hệ thống, với các phần giáo lý căn bản nhất như Năm giới, như tiến trình tu tập Giới Định Tuệ, hoặc thiết thực hơn là những lợi ích của sự tu tập và áp dụng lời Phật dạy vào đời sống.

Những lá thư này được viết ra trên căn bản ban đầu là sự chia sẻ hằng tuần với thành viên của cộng đồng Rộng Mở Tâm Hồn (www.rongmotamhon.net), vì thế không tránh khỏi một số những nội dung được nhắm đến trao đổi trực tiếp với các vấn đề được thành viên nêu ra cùng chúng tôi, cũng như phù hợp với các diễn tiến của thực tế đang diễn ra trong từng thời điểm. Trong quá trình biên soạn thành sách, chúng tôi đã có một số điều chỉnh thích hợp, nhưng đôi khi những tính chất cá biệt của một số vấn đề có thể vẫn cần được nhận hiểu trong bối cảnh cụ thể đã phát sinh vấn đề đó. Dù vậy, khi nhìn từ một góc độ khác thì chính những yếu tố thực tiễn này sẽ tạo ra tính sinh động và thiết thực cho những vấn đề được trình bày trong sách. Do đó, chúng tôi đã quyết định vẫn giữ lại thay vì lược bỏ chúng đi. Mong rằng quý độc giả sẽ xem những yếu tố thực tiễn này như những ví dụ minh họa sống động cho các vấn đề đang được đề cập đến.

Mặc dù đã hết sức nỗ lực trong quá trình hình thành tập sách nhưng chắc chắn cũng không thể tránh khỏi ít nhiều khiếm khuyết. Kính mong quý độc giả gần xa rộng lòng lượng thứ.

Trân trọng,

Nguyên Minh

Tuần cuối tháng 7 năm 2017

Giấc ngủ say ngon

Lá thư tuần này đặc biệt được chuẩn bị ngay trên chuyến bay từ Sài Gòn ra Hà Nội, sau đó được viết và gửi đi tại Bắc Ninh khi chúng tôi lưu trú tại một nhà nghỉ ở đây. Căng thẳng và áp lực công việc trong suốt tuần do nhiều công việc đồng thời phải giải quyết khiến chúng tôi chợt nhớ đến nhiều giai đoạn trước đây, những lúc mà công việc quá nhiều thường khiến chúng tôi ít khi có được giấc ngủ ngon.

Nhưng thật ra những lúc ấy lại chính là lúc chúng ta cần ngủ thật say ngon để có thể hồi phục lại sức lực đã mất đi qua công việc. Điều này nghe ra thật hợp lý nhưng lại dường như rất ít người trong chúng ta làm được. Càng căng thẳng nhiều với áp lực công việc, chúng ta càng khó dỗ giấc ngủ ngon. Và để thay đổi thói quen này thật ra cũng không dễ dàng chút nào, chỉ có điều đây chắc chắn là một điều có thể làm được.

Và thật ra, cũng không chỉ vào những lúc công việc quá căng thẳng thì khuynh hướng này mới tác động đến chúng ta. Ngay trong những lúc nhịp điệu công việc hết sức bình thường, chúng ta vẫn rất thường chịu ảnh hưởng của thói quen không tốt này, chỉ có điều là với mức độ nhẹ hơn nên ta ít khi lưu tâm đến. Mặc dù vậy, khuynh hướng này có thể được nhận biết qua hai thói quen sau đây:

1. Tiếp tục công việc đang làm, tất nhiên là trong ý tưởng, ngay cả sau khi đã lên giường ngủ. Với những người

làm công việc trí não thì khuynh hướng này càng rõ rệt hơn, nhưng những loại hình công việc khác vẫn có thể được ta tiếp nối qua sự hình dung, tưởng tượng.

2. Hướng tâm về giai đoạn tiếp theo của công việc, nhưng phần lớn là bằng những phóng tưởng theo suy nghĩ của mình, và những phóng tưởng này thường tiếp nối tương tục nhau cho đến khi ta đi vào giấc ngủ một cách mệt mỏi thay vì là an tĩnh, thoải mái.

Ở mức độ thông thường, với mức độ làm việc không quá căng thẳng, hai thói quen nói trên được ta âm thầm nuôi dưỡng mà không hay biết, nhưng trong thực tế chúng làm cho ta ít khi có được những giấc ngủ say ngon, bởi đầu óc ta không thực sự được nghỉ ngơi, buông thư trong giấc ngủ.

Và chính sự nuôi dưỡng những thói quen trên qua thời gian đã làm cho ta ngày càng trở nên quen thuộc hơn với chúng, đến mức chỉ thấy như đó là một điều hết sức bình thường mà không bao giờ nghĩ đến chuyện thay đổi.

Từ sự tập nhiễm hai thói quen trên, nên mỗi khi áp lực công việc tăng cao vượt mức bình thường thì chúng ta cũng đồng thời phải chịu ảnh hưởng nặng nề hơn từ chúng. Và kết quả sẽ là những giấc ngủ chập chờn hiếm hoi, cho đến nghiêm trọng hơn là những đêm thức trắng, trong khi trong thực tế thì ta đang rất cần phải ngủ ngon để hôm sau có thể tiếp tục làm tốt những công việc đang thời điểm rất cần giải quyết.

Vì thế, việc đối phó với những đêm mất ngủ như thế không phải là việc có thể tức thời giải quyết khi ta đã thực sự đối mặt, bởi đó là kết quả của sự lệch hướng trong một thời gian kéo dài. Cách đối phó hợp lý và hiệu quả là phải ngăn chặn chúng ngay trong những lúc bình thường, không có áp lực công việc, hay nói khác hơn là ta cần nhận biết những thói quen xấu như trên và dần dần từ bỏ, thay đổi khác đi bằng chính nếp sống thường nhật của mình.

Thói quen thứ nhất, *tiếp tục công việc khi đi ngủ*, là một quán tính thông thường theo kiểu quả bóng đang lăn không thể dừng ngay lại. Vì thế, để thay đổi thói quen này, trước hết ta cần nhận biết được nó. Chỉ cần có sự chú tâm tỉnh thức, ngay khi những ý tưởng liên quan đến công việc đang làm khởi lên vào lúc đã nghỉ ngơi, ta sẽ nhận biết ngay. Tiếp đến, ta cần một thói quen hợp lý để đối trị, bằng cách tạo điều kiện cho dòng tư tưởng hướng về công việc có thể dừng hẳn lại, hay nói khác đi là làm cho quả bóng phải từ từ dừng hẳn lại. Ngồi yên trong tư thế thoải mái và theo dõi hơi thở chừng 5 phút có thể là một cách trị liệu tốt, vì nó tạo một khoảng dừng trong dòng tư tưởng đang liên tục sinh khởi của chúng ta. Quý vị cũng có thể kết hợp hành trì bất kỳ pháp môn nào mình đang tu tập vào thời điểm này để đạt kết quả tương tự. Niệm Phật, trì chú hoặc thậm chí lễ bái trước bàn thờ Tam bảo trước khi đi ngủ đều có thể tạo ra kết quả làm dừng lắng dòng tư tưởng của ta sau một ngày làm việc.

Về thói quen thứ hai, hướng tâm về tương lai để "nhìn trước" những việc sẽ làm lại là một biểu hiện của lòng tham. Chúng ta không hài lòng, không chấp nhận với những gì mình đạt được sau khi đã nỗ lực trước đó, và vì thế ta luôn mong muốn làm được nhiều hơn, đạt được nhiều hơn vào ngày mai, bằng cách này hoặc cách nọ... Và như thế, hoàn toàn không cố ý nhưng chúng ta đang bắt đầu thử qua hết cách này đến cách khác trong ý tưởng của mình, trong khi thực tế đôi khi chẳng có suy tưởng nào trong lúc ấy có thể thực sự mang ra áp dụng được cả. Điều chắc chắn mà ta đạt được lại là một sự căng thẳng không đáng có vì trí não đã không được buông xả, nghỉ ngơi đúng lúc.

Để đối phó với thói quen này, chúng ta cần quán chiếu

về tính chất vô nghĩa của mọi suy tưởng hướng đến tương lai, bởi đơn giản chỉ vì tương lai chưa hề hiện hữu và ta hoàn toàn không thể nắm bắt được. Trong kinh Kim Cang, đức Phật dạy: *"Quá khứ tâm bất khả đắc, hiện tại tâm bất khả đắc, vị lai tâm bất khả đắc."* Những tâm không thể nắm bắt đó lại chính là những tâm mà chúng ta luôn theo đuổi, và vì thế mà không mang lại được bất kỳ kết quả tích cực nào. Khi quán chiếu theo hướng này, những phóng tưởng hướng về tương lai của chúng ta sẽ dần dần bị ngăn chặn, không lôi cuốn được sự theo đuổi kéo dài, và vì thế chúng tất yếu cũng sẽ dần dần nguội lạnh, diệt mất đi.

Trong thực tế, cho dù có lưu tâm muốn thay đổi những thói quen trên, chúng ta cũng không dễ gì nhất thời thay đổi được ngay. Tuy nhiên, chính sự nhận biết và nỗ lực thay đổi của chúng ta là tiền đề cho những thay đổi tốt đẹp dần dần sẽ đến, và tu tập là một con đường kiên trì chỉ mang lại kết quả cuối cùng khi chúng ta quyết tâm không bỏ cuộc. Hiểu được điều này, chúng ta mới có thể dần dần hướng đến một cuộc sống tự do tự tại, không bị sự chi phối nặng nề từ ngoại cảnh. Khi ấy, ta sẽ không còn bị vắt kiệt sức lực vì những đêm mất ngủ hoàn toàn vô ích, mà thay vì vậy ta sẽ đạt được hiệu quả công việc cao nhất bằng những nỗ lực thiết thực của mình.

Tuần đầu tháng 8 năm 2017

Giá trị của đồng tiền

Tiến trình tu tập đúng hướng chắc chắn sẽ giúp mỗi chúng ta đều có được sự thay đổi ngày càng tốt hơn trong cuộc sống. Sự thay đổi này thường khác biệt ở mỗi người, nhưng nói chung đều giúp ta có được nhiều niềm vui hơn, cuộc sống thanh thản, nhẹ nhàng hơn. Vì thế, nếu chúng ta vẫn luôn nỗ lực tu sửa nhưng lại cảm thấy đời sống mình ngày một nặng nề, khổ não nhiều hơn, thì nhất thiết cần phải xem xét lại tất cả những hiểu biết cũng như công phu hành trì nào mà ta đang theo đuổi. Bởi chính đức Phật đã từng xác quyết rằng: *"Như nước trong đại dương luôn có vị mặn, giáo pháp của Ta cũng luôn có vị giải thoát."* Và nếu người tu tập không thấy mình nhận được ít nhiều hương vị giải thoát thì nguy cơ lệch đường rất có thể là đang xảy ra.

Một trong những thay đổi khi chúng ta có đủ quyết tâm tu tập đúng hướng là sự thay đổi quan điểm, cách nhìn về cuộc sống theo hướng tích cực hơn, buông xả nhiều hơn. Một đạo hữu chia sẻ với chúng tôi về trạng thái không còn cảm thấy tham muốn tiền bạc, vật chất sau một thời gian dài tu tập. Chính sự giảm nhẹ tham muốn như vậy là một tiền đề hết sức quan trọng cho đời sống hạnh phúc trong hiện tại, bởi nếu tham muốn không được giảm trừ, thì cho dù quý vị có liên tục thành công trong việc tích lũy tài sản, tiền bạc, chắc chắn cũng sẽ không bao giờ cảm thấy hoàn toàn thỏa mãn. Nhưng một khi đã trừ bỏ được lòng tham muốn, thì những thành công hay thất bại về mặt tài chánh sẽ không còn là tác nhân nặng nề ảnh hưởng đến niềm vui sống của quý vị.

Tuy nhiên, nói như thế hoàn toàn không có nghĩa là chúng ta phủ nhận vai trò và giá trị thực tiễn của tiền bạc, vật chất trong cuộc sống. Dứt trừ tham muốn không có nghĩa là quý vị phải buông bỏ hết mọi công việc đang làm để tạo ra của cải vật chất. Điều đó vừa bất hợp lý, vừa hoàn toàn bất khả thi trong cuộc sống trần tục của tất cả chúng ta. Từ những trách nhiệm đối với gia đình cho đến cộng đồng xã hội đều là những nhu cầu hết sức cụ thể cần phải được giải quyết bằng tiền bạc, vật chất. Và việc tạo ra tiền bạc, của cải bằng con đường chính đáng cũng là một trong những phương tiện để chúng ta làm lợi lạc cho hết thảy mọi người.

Vì thế, chúng ta cần có sự phân biệt rõ giữa việc làm ra tiền bạc của cải với sự tham chấp vào những tiền bạc của cải đó. Tham chấp tiền bạc chắc chắn là nguyên nhân dẫn đến khổ đau, nhưng nếu có thể làm ra tiền bạc của cải mà không tham chấp bám víu vào đó, thì chúng ta sẽ luôn có điều kiện để làm lợi lạc cho rất nhiều người.

Theo cách nhìn của đạo Phật về nhân quả, không một sự việc nào mà không có nguyên nhân của nó. Đời sống khác nhau của mỗi chúng ta cũng được quy định bởi những hạt giống thiện, ác mà chính ta đã gieo trồng từ quá khứ. Chính vì vậy, chúng ta thường thấy không ít người cho dù vất vả bon chen, nỗ lực ngày đêm nhưng đời sống vật chất vẫn luôn bấp bênh thiếu thốn. Ngược lại, có những người không hề quan tâm nhiều đến việc chạy theo tiền bạc, nhưng lại dễ dàng có được những nguồn thu nhập lớn và hoàn toàn chính đáng, giúp họ có được đời sống vật chất hết sức đầy đủ mà không phải khó nhọc quá nhiều. Những khác biệt như thế là có thật và luôn có thể quan sát thấy ở mọi người quanh ta.

Hiểu được điều này thì khi rơi vào hoàn cảnh khó khăn về vật chất, chúng ta hãy thản nhiên chấp nhận và tìm cách vượt qua thay thì bực dọc, than trách vì những thất bại của mình. Bởi những điều này không thể tự nhiên xảy đến, mà chắc chắn đã do một nghiệp nhân tương ứng từ quá khứ mà ta đã tạo ra. Do đó, trong hiện tại chẳng những ta phải nỗ lực vượt qua khó khăn, mà còn phải nghĩ nhiều hơn đến việc tạo nhân lành, gieo trồng phước báu, vì đó mới chính là phương cách đúng đắn nhất để chuyển đổi đời sống của mình trong tương lai.

Ngược lại, nếu chúng ta may mắn có được những thành tựu thường xuyên trong cuộc sống, có thể dễ dàng có được một đời sống vật chất sung túc, giàu có mà không quá vất vả khó nhọc, ta cũng nên biết rằng đây chính là kết quả của những việc làm phước thiện từ trong quá khứ, và do đó ta càng phải tiếp tục chia sẻ, giúp đỡ những kẻ khốn khó nhiều hơn nữa, để những hạt giống phước thiện tiếp tục được vun bồi ngày càng nhiều hơn.

Mặt khác, tiền bạc có thể là nguyên nhân cám dỗ khiến nhiều người rơi vào con đường tội lỗi, bất chính, nhưng đồng thời nó cũng là phương tiện vô cùng hữu hiệu để chúng ta cứu giúp, nâng đỡ đời sống vật chất cho những kẻ khốn khó, bất hạnh. Nói khác đi, bản thân các giá trị vật chất hoàn toàn không mang ý nghĩa tốt hoặc xấu, mà các giá trị tốt hoặc xấu sẽ được tạo ra tùy thuộc vào cách chúng ta sử dụng chúng. Có những án mạng đã từng xảy ra chỉ vì kẻ sát nhân tham muốn tiền bạc của người khác và muốn cướp lấy về mình, nhưng ngược lại cũng có những điều lợi lạc cho nhiều người được thực hiện chính nhờ có sự đóng góp tiền bạc. *Loạt sách nói chúng tôi vừa hoàn tất và công bố tuần này chính là một ví dụ minh họa rõ nét.* Nếu không có những người sẵn lòng đóng góp tiền bạc cho công việc chung, thì cũng sẽ không có sự lợi lạc mà nhiều người được hưởng.

Cho nên, nếu được sử dụng với tâm vị tha, thương yêu muôn loài, tiền bạc cũng như các giá trị vật chất sẽ trở thành phương tiện cực kỳ hiệu quả, có thể cứu khổ ban vui cho chúng sinh một cách cụ thể trong từng trường hợp khốn khó. Ngược lại, nếu sử dụng với một tâm niệm đen tối, tham lam hoặc ác độc, tiền bạc sẽ trở thành công cụ gây ra tội lỗi và tác hại khôn lường.

Khi tiền bạc được sử dụng đúng với chức năng của nó là phương tiện giúp ta sinh sống hoặc thực hiện những điều tốt đẹp, thì đó chính là những giá trị tốt đẹp không có gì đáng chê trách. Ngược lại, khi tiền bạc trở thành đối tượng tham muốn, bám chấp của tâm niệm tham lam, vị kỷ, thì chính bản thân ta sẽ trở thành công cụ bị sai sử bởi các giá trị tiền bạc đó. Thay vì tự quyết định phân biệt những việc đúng, sai, thiện, ác, chúng ta sẽ dễ dàng bị tâm tham lam khiến cho mù quáng và chịu sự thôi thúc của nó để sẵn sàng nhúng tay vào bất kỳ tội lỗi nào, miễn là có thể thỏa mãn được sự tham muốn của mình.

Qua báo chí, chúng ta được biết có những quan chức cực kỳ giàu có nhưng cuối cùng vẫn vướng vòng lao lý chỉ vì họ không chịu dừng lại với những gì đã có, mà luôn muốn vơ vét, tích lũy ngày càng nhiều hơn. Đến khi sự tham lam của họ vượt quá một giới hạn nào đó thì tất cả đều sụp đổ, và khổ não tìm đến cũng là điều tất nhiên.

Cũng không ít người tuy đã có một cuộc sống vật chất tương đối vừa phải, thậm chí có thể xem là khá giả hơn nhiều người khác, nhưng chỉ vì không tự thỏa mãn nên vẫn tiếp tục lao vào bon chen vật lộn với đời. Và trong cuộc cạnh tranh khốc liệt để làm giàu, điều tất nhiên là không phải ai ai cũng đều thành đạt. Một khi thất bại tìm đến, họ phải chịu cảnh trắng tay hoặc nghèo khó, chỉ vì sự mù quáng do tâm tham lam thôi thúc.

Từ những bài học đó, chúng ta có thể thấy rõ một điều là,

khi chúng ta trừ bỏ được tâm tham lam ích kỷ để có thể làm chủ được tiền bạc cũng như các giá trị vật chất, chúng sẽ trở thành phương tiện giúp ta thực hiện ngày càng nhiều hơn những việc tốt đẹp, lợi lạc cho nhiều người. Ngược lại, khi ta không chế ngự được sự tham lam ích kỷ trong lòng mình, ta sẽ không thể nào giữ được sự tự chủ trong cuộc sống. Thay vì vậy, ta sẽ luôn chịu sự thôi thúc, sai sử của lòng tham muốn chạy theo tiền bạc, và do đó sẽ rất dễ rơi vào một cuộc sống khổ đau, tội lỗi.

Nói theo một cách khác, việc quán sát tự tâm và tu dưỡng vẫn luôn là yếu tố quyết định quan trọng nhất. Một khi đã tu dưỡng được tự tâm mình, thì dù rơi vào hoàn cảnh khó khăn chật vật hay giàu sang phú quý, chúng ta vẫn luôn có thể tự quyết định được những việc tốt đẹp để làm lợi lạc cho chính bản thân cũng như cho mọi người quanh mình.

Tuần thứ hai tháng 8 năm 2017

Hình sắc là giả tạm

Trong kinh Kim Cang, đức Phật từng dạy rằng:

Nhược dĩ sắc kiến ngã,
Dĩ âm thanh cầu ngã,
Thị nhân hành tà đạo,
Bất năng kiến Như Lai.

Tạm dịch:

Dùng hình sắc thấy Ta,
Lấy âm thanh cầu Ta,
Ấy người theo tà đạo,
Không thấy được Như Lai.

Có lẽ nhiều người trong chúng ta thường xem đây như những lời dạy rất cao siêu và chỉ dành cho những bậc tu hành thoát tục, thường xuyên quán chiếu sâu trong thiền định. Theo sự giảng dạy trong kinh Kim Cang nói riêng, trong văn hệ Bát-nhã nói chung, thì hình sắc và âm thanh chỉ là những giá trị giả tạm, huyễn ảo không thật, nên bản chất tối hậu của thực tại không nằm ở những giá trị đó. Vì vậy, đức Phật dạy rằng những ai muốn thông qua các giá trị hình sắc hoặc âm thanh để thấy được, nhận biết được bản chất rốt ráo của thực tại đều là đã chọn sai phương thức, đã đi lạc vào "tà đạo" và do đó không thể đạt đến mục tiêu thấy biết Như Lai.

Đối với những người bình thường như chúng ta, khi nhận hiểu ý nghĩa trên theo một cách gần gũi hơn với cuộc sống phàm tục này, thì những giá trị âm thanh, hình sắc hay vật chất nói chung không nên được xem là yếu tố quyết định để nhận thức về sự việc, về con người. Trong cuộc sống hiện nay, chúng ta vẫn thường thấy không ít người chạy theo các giá trị vật chất hoặc hình thức bên ngoài, cũng như dựa vào chúng để nhận thức, đánh giá về người khác. Như một hệ quả tất yếu, điều này sẽ dẫn đến làm mờ nhạt đi những giá trị tinh thần chân chính như đạo đức hoặc tình cảm... Một khi đã nhận thức sai lầm như vậy thì người ta cũng dễ dàng có những hành vi ứng xử sai lầm, và đời sống gia đình cũng như cộng đồng sẽ do đó mà không có được sự an vui, hạnh phúc chân thật.

Vì sao vậy? Đơn giản là vì hạnh phúc chân thật không bao giờ có được từ sự thỏa mãn vật chất hay các giá trị hình thức, mà chỉ có được khi chúng ta đạt đến một nội tâm an ổn, vững chãi. Khi nhận thức về người khác thông qua các giá trị bên ngoài, điều tất nhiên là chúng ta cũng sẽ rơi vào khuynh hướng ứng xử theo cách để thỏa mãn với các giá trị đó, thay vì là chú ý đến một nội tâm an bình của bản thân ta cũng như đối tượng mà ta giao tiếp. Ngược lại, khi biết chú trọng đến các giá trị tinh thần chân chính, ta sẽ ít quan tâm hơn đến những giá trị hình thức bên ngoài, và hệ quả của việc này là chúng ta có sự nhận biết đúng thật hơn về đối tượng giao tiếp. Điều này đưa đến sự cảm thông sâu sắc hơn cũng như những khuynh hướng ứng xử tốt đẹp hơn giữa đôi bên, và điều đó tất yếu sẽ giúp chúng ta có được sự an ổn, vui sống hơn.

Một đạo hữu ở Seattle (WA) chân thành chia sẻ với tôi: “Nếu mình thương yêu một người, rồi hình dung làn da xinh đẹp của người ấy đột nhiên biến dạng đi trở thành xấu xí, ghê tởm, hoặc mình hình dung những gì nằm bên dưới làn da ấy, liệu mình có còn thương yêu được như trước nữa chăng? Như vậy, liệu mình đã thực sự thương yêu những gì nơi người ấy?”

Suy ngẫm như trên đưa chúng ta đến một nhận thức đúng thật hơn về giá trị của con người, trong đó nhất thiết phải bao gồm và thậm chí cần được chú trọng hơn là những giá trị tinh thần như đạo đức, tình cảm... Một con người có dáng vẻ bên ngoài thật mỹ miều xinh đẹp có thể sẽ thu hút sự chú ý của chúng ta ngay từ thoáng nhìn đầu tiên, nhưng nếu chúng ta thực sự dành tình cảm chân thật của mình cho người ấy, thì liệu có phải chỉ đơn thuần là do cái dáng vẻ bên ngoài đó hay chăng? Nếu bên dưới lớp vỏ ngoài xinh đẹp kia là cả một nội tâm hoang hóa chưa từng được tu dưỡng, thuần phục, và do đó đang chứa đầy những sân hận, tham lam, ganh ghét, đố kỵ... thì hạnh phúc nào sẽ có thể mang đến cho nhau? Vì thế, một người khôn ngoan chắc chắn sẽ không thể chỉ dựa hoàn toàn vào vẻ ngoài để nhận thức, đánh giá về người khác.

Cho dù là khi chúng ta đang tìm chọn một người hợp tác trong công việc hay chỉ đơn thuần là một người bạn để chia sẻ buồn vui, việc nhận thức đúng về người ấy vẫn luôn là điều quan trọng, bởi nó sẽ quyết định chặng đường tiếp theo giữa ta và người ấy sẽ an bình trong tình cảm tốt đẹp hay đầy sóng gió với những mâu thuẫn, xung khắc.

Và nguyên tắc đầu tiên để có một kết quả tốt hơn chỉ đơn giản là đừng bao giờ hoàn toàn dựa vào "âm thanh, hình sắc" để tìm kiếm những giá trị thực sự mà ta đang cần đến. Cho dù chúng ta chưa thể đạt đến mức xem tất cả các pháp hữu vi là *"mộng ảo bào ảnh"* như trong kinh Kim Cang đã dạy, vì trong cuộc sống thế tục với mọi giá trị còn tương đối này thì âm thanh, hình sắc cũng như mọi giá trị vật chất đều vẫn đang góp phần nhất định, dù là giả tạm, trong bức tranh tổng thể đời sống của chúng ta, nhưng nếu chúng ta không tỉnh giác trước sự lôi cuốn, chi phối của những giá trị giả tạm bên ngoài ấy, thì điều tất yếu là ta sẽ xao nhãng đi, không chú tâm đúng mức đến những giá trị chân thật có thể giúp ta có được một cuộc sống an vui hạnh phúc.

Dáng vẻ, hình thức bên ngoài là những đối tượng của sự biến hoại theo thời gian. Cho dù chúng ta không mong muốn, hình thể của mỗi người chúng ta đều sẽ thay đổi, già cỗi đi khi thời gian trôi qua. Những khuôn mặt nhăn nheo, những vầng trán đầy nếp nhăn, những mái tóc bạc, làn da không còn trắng mịn... đều là những điều tất nhiên phải đến. Cho nên, nếu chúng ta dựa vào những giá trị đó để xác lập tình cảm với một người khác, thì tình cảm ấy làm sao có thể bền bỉ với thời gian?

Rất nhiều người hiện nay chạy theo hình sắc dáng vẻ bên ngoài đến mức xem đó như yếu tố quyết định cho hạnh phúc của đời mình. Chính từ đó mới thúc đẩy những công nghệ, kỹ thuật "làm giả" nhằm thay đổi vẻ ngoài tự nhiên của một con người. Để có một khuôn mặt đẹp, cái mũi đẹp hay bộ ngực đẹp... nhiều người không ngại đánh cuộc cả sức khỏe và tính mạng. Trong thực tế cũng đã từng có người bỏ mạng vì phẫu thuật thẩm mỹ. Những trường hợp khác, dù có thành công thì hệ quả ngày sau cũng khó lòng biết trước. Phải chăng đó chính là dấu hiệu cho thấy người ta đang quá xem trọng những giá trị hình sắc bên ngoài?

Không ai phủ nhận việc một ngoại hình xinh đẹp mang lại những giá trị chính đáng nhất định trong đời sống. Nhưng đôi khi phần lớn trong ngoại hình đó cũng là xuất phát từ nội tâm, như dáng đi đứng, nét cười, cách nói năng... Tuy nhiên, việc quá chú trọng đến ngoại hình mà quên đi những giá trị tinh thần thực sự lại là một sai lầm không đáng có, và vì thế thường lạc dẫn chúng ta đến với những quyết định, nhận thức sai lầm. Cho nên, việc tỉnh táo khi tiếp xúc với âm thanh, hình sắc trong cuộc sống sẽ giúp ta có được cuộc sống an ổn hơn, nhận thức đúng đắn hơn và tất nhiên là cũng đưa ra những quyết định ứng xử sáng suốt hơn.

Thế mới biết, đức Phật dạy rằng giáo pháp của ngài sánh như biển lớn. Trong khi biển chứa toàn vị mặn thì giáo pháp của đức Phật chứa toàn vị giải thoát. Đối với những lời dạy hết sức cao siêu mà khéo biết tiếp nhận thì cho dù chưa đạt đến tầm mức cao siêu thoát tục cũng đã có được lợi lạc vô vàn ngay trong cuộc sống trần tục này.

Lần sau, khi nghe lại bài kệ sâu sắc trên trong kinh Kim Cang, hy vọng mỗi người chúng ta sẽ không còn cho đó là quá cao siêu, chỉ dành riêng cho những bậc xuất trần. Hãy xem đó như tiếng chuông cảnh tỉnh dành cho tất cả mọi người, và dù ta đang ở trong hoàn cảnh nào, sự tỉnh táo sau khi nghe chuông cũng sẽ giúp ta được sống tốt hơn. Những vị thiền sư chân chánh có thể qua bài kệ trên mà liễu sinh thoát tử, nhưng cho dù là kẻ phàm tục như chúng ta nếu có thể tiếp nhận được sự cảnh tỉnh từ đó thì cũng sẽ được phần nào giải thoát khỏi những triền phược rối rắm của cuộc đời.

Tuần thứ ba tháng 8 năm 2017

Người Phật tử và năm giới

Đối với hầu hết mọi người Phật tử, ngay sau khi quy y với vị thầy bổn sư đều sẽ được truyền thọ năm giới. Nghi thức truyền giới này có hai ý nghĩa. Thứ nhất, bằng vào nghi thức này, vị thầy bổn sư với tư cách đại diện cho Tam bảo (Phật, Pháp và Tăng-già) chính thức truyền dạy cho đệ tử về năm giới và cho phép người ấy được thọ trì, giữ theo năm giới ấy với tư cách một Phật tử, kể từ lúc thọ nhận cho đến suốt cuộc đời. Thứ hai, thông qua nghi thức này, người đệ tử khi chấp nhận sự truyền thọ nghĩa là đã chính thức cam kết sẽ tự nguyện sống theo năm giới, tự mình gìn giữ suốt đời không phạm vào năm giới ấy.

Với hai ý nghĩa trên, điều quan trọng trước tiên là vị thầy phải có sự giảng giải đủ cho người đệ tử hiểu rõ một cách thấu đáo về năm giới, để người ấy có thể tự mình xác định những hành vi ứng xử nào là phạm giới và những hành vi ứng xử nào là không phạm giới. Trong một tổ chức, chúng ta không thể tuân theo nội quy nếu chưa hiểu được nội quy của tổ chức ấy quy định những gì. Cũng vậy, chúng ta không thể giữ theo năm giới một cách trọn vẹn nếu không thấu hiểu được ý nghĩa của năm giới. Và sự thấu hiểu đó có được là nhờ sự giảng giải của vị thầy truyền giới, bởi hơn ai hết, vị ấy có đủ tư cách và hiểu biết để giảng giải cũng như có trách nhiệm phải giảng giải đầy đủ cho người đệ tử đã quy y và xin thọ giới với mình.

Tuy nhiên, trong thực tế hiện nay thì dường như những điều nói trên chưa được thực hiện một cách nghiêm túc và đầy đủ. Có những buổi lễ quy y và truyền giới hàng loạt cho rất nhiều giới tử (đệ tử xin thọ giới), và hình thức tổ chức chủ yếu nặng về nghi lễ khiến cho người thọ giới hầu như không tiếp nhận được sự hiểu biết gì nhiều. Và cũng vì số lượng đệ tử quá đông, nên sau đó vị thầy cũng thường không thể dành nhiều thời gian dẫn dắt hoặc chỉ dẫn cho đệ tử đủ để giúp người ấy hiểu rõ về ý nghĩa của năm giới mà mình đã thọ nhận cũng như cam kết sẽ giữ theo suốt đời.

Một số người trong quý vị có thể sẽ đặt câu hỏi, năm giới thì có gì phức tạp mà không hiểu thấu? Chỉ cần chú ý một chút là có thể thuộc lòng ngay, bởi có thể gói gọn tất cả vỏn vẹn trong năm chữ: *sát, đạo, dâm,vọng, tửu*. Chỉ cần nhớ được năm chữ này thì suy rộng ra là nhớ hết được năm giới, thật quá đơn giản!

Nhưng sự thật không phải vậy. Thuộc lòng năm giới và sống theo năm giới, nghĩa là có thể giữ gìn không phạm giới, là hai phạm trù hoàn toàn khác nhau. Nếu quý vị không thấu hiểu về năm giới, sẽ có những lúc trong cuộc sống quý vị vô tình phạm vào giới luật nhưng lại tự mình không hề hay biết. Và trường hợp này được xem là phạm giới vì si mê, thiếu trí tuệ. Một người giữ giới mà si mê như thế thì không thể nhận được lợi ích lớn lao do việc giữ giới mang lại. Vì thế, cho dù giữ giới suốt đời mà theo cách thiếu hiểu biết này thì cũng giống như chưa từng giữ giới. Ngược lại, việc giữ giới đúng nghĩa sẽ từng ngày giúp ta kiểm soát được thân tâm, tiến dần đến sự an định, và nhờ đó giúp làm nảy sinh trí tuệ giải thoát. Đó mới chính là ý nghĩa và lợi lạc của sự giữ giới.

Hãy lấy như giới đầu tiên trong năm giới, được gói gọn trong một chữ "sát". Giới này trước đây trong Hán ngữ được dịch là "bất sát", nói ngắn gọn là "không giết hại", vốn chuyển dịch từ khái niệm "ahiṃsā" trong Phạn ngữ, có nghĩa chính xác là "bất hại", không làm hại.

Người Phật tử thông thường khi thọ nhận giới này thường nghĩ đơn giản rằng nếu không tự tay giết chết bất kỳ sinh mạng nào thì xem như đã giữ tròn được giới. Tuy nhiên, khái niệm “bất hại” rộng hơn rất nhiều, cho dù chúng ta chưa giết chết một chúng sinh, nhưng chỉ cần nói hay làm điều gì gây tổn hại đến đời sống của chúng sinh ấy cũng đã là phạm giới. Do không hiểu thấu ý nghĩa này, một số người có thể phạm giới mà không tự biết, bởi họ cho rằng chỉ cần kiềm chế không đi đến mức giết chết sinh mạng là sẽ không phạm giới. Hiểu và giữ giới theo cách đó thì không thể nuôi lớn tâm từ bi, vì người giữ giới không hề dẹp bỏ được sân hận, và cũng không giúp thân tâm an định, vì tuy không giết chết nhưng vẫn tìm mọi cách gây tổn hại cho chúng sinh thì làm sao có thể an định được?

Người Phật tử hiểu thấu được ý nghĩa của giới này thì tự nhiên mọi ý tưởng, lời nói và việc làm ngay lập tức được kiểm soát, không khởi lên bất kỳ ý tưởng nào gây tổn hại đến chúng sinh khác; không nói ra bất kỳ lời nói nào gây tổn hại đến chúng sinh khác; và cũng không thực hiện bất kỳ hành vi nào gây tổn hại đến chúng sinh khác. Làm được như thế thì thân tâm tự nhiên được đưa vào vòng kiểm soát, không còn loạn động hướng ra bên ngoài để gây tổn hại đến muôn loài. Nhờ đó mà đạt được sự an định. Lại cũng nhờ việc thường xuyên quán chiếu, giữ gìn không gây tổn hại đến chúng sinh nên tâm từ bi sẵn có được nuôi dưỡng ngày càng lớn thêm, tự nhiên khởi sinh sự cảm thông và thương xót đối với mọi nỗi khổ đau của muôn loài. Đó chính là công năng lợi lạc của giới. Nếu người giữ giới mà không hiểu và không cảm nhận được những điều này thì rõ ràng việc giữ giới chưa đúng hướng và chưa mang lại hiệu quả.

Khi hiểu được thực trạng như trên chúng ta mới hiểu được thực tế là vì sao có đến hơn 80% (hoặc có thể nhiều hơn nữa) những người Phật tử đã thọ Tam quy, Ngũ giới rồi mà vẫn không ăn chay. Đơn giản vì họ cho rằng chỉ cần không tự tay cắt cổ gà, vịt... là được rồi, còn việc đợi người khác giết, mổ, nấu nướng... xong dọn lên bàn cho mình ăn thì không hề phạm giới! Than ôi, nếu nghĩ như thế thì có khác gì vị quan tòa né tránh trách nhiệm khi tuyên án, cho rằng việc hành hình chỉ do bọn lính canh thực hiện mà thôi! Ngày nào mà người Phật tử còn hiểu và giữ giới theo cách như thế thì chúng ta không thể mong đợi lời di huấn của đức Thế Tôn là *"lấy giới làm thầy"* có thể được thực hiện một cách đúng nghĩa. Bởi việc giữ giới theo cách không hiểu giới thì chỉ là hình thức chứ không thể có được những công năng chuyển hóa mà giới luật thực sự mang lại.

Người Phật tử giữ giới phải trên tinh thần quán chiếu sâu vào ý nghĩa của giới, không gây tổn hại đến sự sống của mọi loài chúng sinh, thì tự nhiên sẽ dần dần thấu hiểu được giá trị quý báu không gì thay thế được của mọi sinh mạng. Tài sản, vật chất dù lớn lao đến đâu, nếu mất đi chúng ta cũng đều có thể gây dựng lại được, nhưng bất kỳ sinh mạng nào một khi đã chấm dứt rồi thì không có cách gì để khôi phục lại được cả, cho dù đó chỉ là một con sâu nhỏ hay loài giun dế cỏn con.

Vì vậy, mọi sinh mạng đều quý giá như nhau. Chúng ta không thể chỉ biết quý trọng sinh mạng con người và xem thường sinh mạng của muôn loài chúng sinh khác. Điều đó hoàn toàn đi ngược lại với giáo lý từ bi của đức Phật. Do đó, một khi đã cam kết thọ trì giới luật thì chúng ta cần thiết phải hiểu rõ một cách đúng thật ý nghĩa của giới, cho dù ngày nay ta chưa thực hiện được trọn vẹn thì cũng biết được rằng mình cần phải cố gắng quán chiếu và tu tập nhiều hơn nữa, để hướng đến một ngày mai có thể giữ được trọn vẹn theo đúng lời Phật dạy. Ngược lại, nếu chúng ta hài lòng với những gì trong hiện tại chỉ vì thiếu hiểu biết, thì sẽ chẳng bao giờ ta có thể thay đổi được chính mình để trở thành một người hoàn thiện hơn. Làm người tốt hơn còn chưa được thì nói gì đến việc nhận lời thọ ký của đức Thế Tôn để làm một *“vị Phật sẽ thành”* trong tương lai?

Giữ giới là bước đi đầu tiên trên con đường tu tập, là viên gạch nền tảng để xây dựng ngôi nhà giải thoát. Nếu ngay từ bước đi đầu tiên đã sai lệch, ngay từ viên gạch nền tảng đã không chắc chắn, thì chúng ta làm sao có thể hy vọng một tương lai tốt đẹp viên mãn? Mong sao mỗi người Phật tử đều có thể luôn tự xét mình, tự học hỏi quán chiếu để thấy được những ý nghĩa sâu xa trong việc thọ trì năm giới mà không xem đó là những khái niệm tầm thường, đơn giản, để rồi trải qua nhiều năm tháng giữ giới nhưng tự thân lại chẳng nhận được lợi ích gì. Quý vị có thể tìm đọc ý nghĩa chi tiết của năm giới trong sách Về Mái Chùa Xưa đã xuất bản từ năm 2003. Sách cũng có dạng âm thanh, có thể tải về miễn phí từ website www.rongmotamhon.net.

Tuần thứ tư tháng 8 năm 2017

Không trộm cắp

Tuần trước, chúng ta đã có dịp trao đổi sơ qua về một trong năm giới của người Phật tử tại gia, đó là điều giới không giết hại. Hôm nay, chúng ta sẽ cùng nhau tìm hiểu thêm về điều giới thứ hai trong năm giới *"sát, đạo, dâm, vọng, tửu"*, đó là điều giới không trộm cắp.

Chữ "đạo" (盜) mang nghĩa là trộm cắp, thường nói đầy đủ là "thâu đạo" (偷盜), vì theo nghĩa cổ thì chữ đạo (盜) có nghĩa là cướp, còn chữ thâu (偷) là trộm. Về sau thì chữ đạo (盜) trong Hán ngữ được hiểu với cả hai nghĩa, lén lút ăn trộm hoặc dùng sức mạnh cướp giật của người khác đều gọi là đạo (盜). Xin phân biệt rõ với chữ "đạo" (道) là con đường, là đạo pháp, vì tuy đồng âm, hai chữ này có cách viết và ý nghĩa hoàn toàn khác nhau.

Điều giới "bất thâu đạo" hay "không trộm cướp" có hàm nghĩa rộng là *"không nhận về mình bất kỳ giá trị vật chất nào của người khác nếu không được người ấy tự nguyện trao cho"*, hay nói ngắn gọn hơn là không chấp nhận việc "không cho mà lấy".

Như vậy, khái niệm "trộm" hay "cướp" chỉ đề cập đến những trường hợp tiêu biểu nhất, nặng nề nhất mà thôi, và những ai phạm các tội này cũng đồng thời bị kết tội bởi luật pháp thế gian, sẽ phải chịu sự trừng phạt, chế tài của pháp luật. Nhưng hàm nghĩa của điều giới này đối với người Phật tử là rộng hơn như thế rất nhiều, bởi có nhiều trường hợp phải bị xem là phạm giới nhưng đối với luật pháp thế gian thì không bị kết tội. Chẳng hạn, khi chúng ta dùng sự khôn khéo hoặc thế lực hiện có của mình để buộc người khác phải chi trả cho ta một khoản tiền nhiều hơn mức thông thường, hợp lý, thì điều đó đã bị xem như phạm giới, bởi vì người ấy hoàn toàn không tự nguyện chấp nhận sự thiệt thòi đó.

Tương tự, bất kỳ hành vi, lời nói nào của chúng ta nhắm đến mục đích gây hại cho người khác nhằm thu lợi về mình đều là phạm vào giới này. Nói cách khác, người Phật tử giữ theo giới này thì trong đời sống cũng như công việc phải luôn luôn chơn chất thật thà, lợi mình lợi người, tuyệt đối không vì tham lam tài sản của người khác mà tìm cách chiếm đoạt, dù là trực tiếp hay gián tiếp. Hiểu theo cách này thì những việc làm như cho vay nặng lãi, đầu cơ tích trữ, tham nhũng công quỹ v.v... đều là những hành vi phạm vào giới luật.

Suy nghĩ sâu xa hơn một chút, chúng ta sẽ thấy rằng lòng tham chính là một trong những nguyên nhân quan trọng nhất dẫn đến biết bao hành vi tội lỗi, xấu xa trong xã hội, chung quy cũng đều do việc mong muốn chiếm hữu những giá trị vật chất của người khác về làm của mình. Hãy thử hình dung, nếu như hết thảy mọi người trong xã hội đều biết suy ngẫm để cùng nhau hành xử theo đúng tinh thần răn ngừa của điều giới này, đời sống sẽ trở nên an ổn và hạnh phúc biết bao! Bởi khi ấy sẽ không còn bất cứ ai phải dè chừng, nghi ngại trong quan hệ tiếp xúc với người khác, cũng sẽ không có bất cứ ai nghĩ đến việc gây hại người khác để trục lợi về mình. Khi ấy, mọi gia đình sẽ an vui, xã hội sẽ giàu mạnh dựa trên nền tảng công bằng và hợp lý, không còn có những sự áp bức hay tranh giành, mưu mô thủ đoạn. Phải chăng đây cũng chính là lý tưởng xã hội mà biết bao thế hệ nhân loại đều mong đợi cũng như cố công xây dựng? Trong một xã hội như thế, mỗi người đều sẽ hài lòng và cảm thấy hạnh phúc với những gì được làm ra từ chính công sức của mình, dù nhiều hay ít, và chia sẻ niềm vui thành công với mọi người khác thay vì ganh ghét hay tìm cách chiếm đoạt, ngăn trở những thành tựu của họ, chỉ vì sợ ảnh hưởng đến lợi ích của riêng mình.

Điều kỳ diệu ở đây là, một xã hội lý tưởng như thế lại không cần thiết phải được xây dựng dựa trên hàng ngàn trang lý thuyết khô khan hay bất kỳ một hệ thống triết học quy mô phức tạp nào, mà chỉ cần tất cả mọi người biết tự nguyện sống theo một điều giới đã được đức Phật chế định từ hơn 25 thế kỷ trước!

Tuy nhiên, có thể nói đây quả thật là một điều vừa hết sức dễ dàng lại vừa cực kỳ khó khăn!

Hết sức dễ dàng là vì không còn gì có thể dễ dàng hơn việc học hiểu một điều giới hoàn toàn hợp lý và dễ hiểu: *không tham lấy của người khác khi họ không tự nguyện trao cho mình!*

Nhưng điều dễ dàng này lại trở nên cực kỳ khó khăn vì để thực hiện được nó thì trước hết chúng ta phải chiến thắng, phải dẹp bỏ được lòng tham trong chính bản thân mình. Lão tử từng nói: *"Thắng nhân giả trí, tự thắng giả cường."* (Thắng được người khác là có trí, tự thắng được mình mới là người mạnh mẽ.) Một cách sâu sắc hơn, Đức Phật dạy trong kinh Pháp cú:

Dù giữa bãi chiến trường,
Thắng ngàn ngàn quân địch,
Không bằng tự thắng mình,
Thật chiến thắng tối thượng.

(Kinh Pháp cú, kệ số 103)

Chiến thắng lòng tham là một trong những yếu tố để chiến thắng chính mình. Cho nên, điều đó quả thật hết sức khó khăn, đòi hỏi sự quyết tâm và kiên trì tu dưỡng của bất cứ ai trong chúng ta nếu muốn đạt được.

Lòng tham thường sẽ ngủ yên khi không có đối tượng, và vì thế chúng ta thường đánh giá sai lầm về sức mạnh sai khiến của nó. Trong một nếp sống bình yên êm ả, mỗi chúng ta đều luôn tự thấy mình có thể dễ dàng làm một người tốt bụng, không chút tham lam. Tuy nhiên, một khi ngoại duyên đưa đẩy ta đến trước những hoàn cảnh cám dỗ cực kỳ mạnh mẽ của tiền bạc, của cải, chính lúc đó cái lòng tham "ngủ yên" kia mới bắt đầu vùng dậy và thể hiện sức mạnh đáng sợ của nó. Nó sẽ không bao giờ chịu khuất phục nằm yên trở lại nếu như ta chưa chịu thực hiện theo những thôi thúc, sai khiến của nó. Hơn thế nữa, nó còn có đủ "trăm phương ngàn kế" để đánh bại chúng ta, bằng cách ngụy trang dưới nhiều lý do giả tạo khác nhau nhằm có thể biện minh sao cho những hành vi sai trái cũng có thể trở thành "tốt đẹp", khiến ta dễ dàng gục ngã trước sự thôi thúc của nó. Chẳng hạn, nó sẽ lý giải với ta rằng, mưu mẹo một chút để có được lợi nhuận hàng trăm triệu thì có gì sai trái, miễn là ta hãy trích ra vài mươi triệu để làm từ thiện giúp đỡ người nghèo là được rồi (!?)... Vân vân và vân vân! Đây chính là lý do giải thích vì sao có rất nhiều người bình thường vô cùng đạo đức, hiền lành, nhưng rồi trong một hoàn cảnh nhất định nào đó, do lòng tham thôi thúc, họ bỗng trở thành gian ác, hiểm độc vô cùng, chỉ để đạt được những gì họ muốn.

Một ví dụ thường thấy hơn là có những người bạn hết sức thân thiết trong thuở hàn vi, sẵn sàng chia sẻ với nhau bất kỳ những gì họ có. Thế nhưng, khi cuộc đời thay đổi, họ trở thành những người giàu có, quyền lực, thì sự xung đột về quyền lợi bắt đầu nảy sinh. Khi đó, tình xưa nghĩa cũ rất thường bị lãng quên và họ có thể đối xử với nhau như những kẻ thù để tranh giành quyền lợi. Quả thật là, đĩa rau hạt muối rất dễ chia nhau, nhưng nhà lầu xe hơi thì chẳng ai chấp nhận nhường cho người khác...

Nhìn lại lịch sử nhân loại từ nhiều ngàn năm qua, bao nhiêu cuộc chiến tranh xung đột cũng không đi ngoài việc phạm vào giới này. Nước lớn thôn tính nước nhỏ, suy cho cùng chỉ là để thâu tóm tài nguyên của cải về cho mình, dù đôi khi được ngụy trang dưới những từ ngữ như "bảo hộ", "thuộc địa"... Trong thực trạng xã hội thì việc ỷ mạnh hiếp yếu, lợi dụng quyền thế bóc lột dân nghèo cũng diễn ra ở khắp các xã hội từ Đông sang Tây, mà mục đích cuối cùng cũng không phải gì khác hơn là để thâu tóm tiền bạc, của cải. Tất cả những điều đó đều có thể được ngăn chặn hoặc xóa bỏ hoàn toàn nếu như nhân loại có thể ý thức được những lợi lạc lớn lao của điều giới này.

Nhưng lợi lạc lớn lao đó là gì nếu như chúng ta luôn phải tự giữ mình trước những "cơ hội thủ lợi" từ người khác? Chẳng phải như thế sẽ là khó khăn hơn nhiều cho chúng ta nếu muốn trở nên người giàu có?

Trong thực tế, chúng ta sẽ không bao giờ hiểu được về sự lợi lạc này nếu như chưa hiểu ra được tính chất tạm bợ và vô nghĩa của những giá trị vật chất trong đời sống. Vì thế, trước khi muốn chiến thắng được lòng tham trong chính bản thân mình, ta cần phải quán chiếu thật sâu sắc về ý nghĩa, về bản chất thực sự của những giá trị vật chất trong cuộc đời này. Và một trong những sự thật dễ nhận ra nhất chính là mối quan hệ giữa hạnh phúc chân thật với các giá trị vật chất giả tạm. Chúng ta có thể xét thấy rằng, không một cuộc sống hạnh phúc thực sự nào lại có thể mua được chỉ bằng những giá trị vật chất và thiếu vắng tình cảm chân thật. Cuộc sống giàu sang sẽ chẳng có ý nghĩa gì, chẳng thể mang lại hạnh phúc cho chúng ta trong đời sống, nếu như quanh ta chỉ toàn là những quan hệ khô khan tình cảm hoặc thậm chí là oán ghét, mâu thuẫn với nhau. Ngay cả trong những quan hệ ruột thịt giữa các thành viên trong cùng một gia đình, nhưng nếu thiếu đi sự cảm thông và tình cảm chân thật, thì cho dù gia đình đó có giàu sang đến đâu cũng không thể là một gia đình hạnh phúc!

Nhìn từ góc độ đó, ta sẽ thấy ngay rằng những mưu toan chiếm đoạt tài sản của người khác dù bằng bất kỳ hình thức nào, thật ra đều là sự đánh đổi cuộc sống bình an và hạnh phúc để đổi lấy những giá trị vật chất giả tạo không hề mang lại được hạnh phúc chân thật. Trong thực tế, những kẻ sử dụng sự gian manh để làm giàu trong xã hội đều phải trả giá trước hết bằng sự rạn nứt trong quan hệ gia đình hạnh phúc. Họ có thể che giấu cả xã hội này về những hành vi bất chính, gian xảo của mình, nhưng chắc chắn họ không thể che giấu vợ hoặc chồng mình cũng như con cái trong gia đình. Và điều này dần dần sẽ dẫn đến hoặc là sự tan rã gia đình, hoặc là sự hư hỏng không thể răn dạy của con cái. Một khi con cái đã hư hỏng, thì những giá trị vật chất mà họ kiếm được sẽ không thể nào bù đắp được.

Những suy diễn như trên không phải chủ quan, mà là một thực tế đã xảy đến cho rất nhiều người. Bởi khi một người đã bị lôi cuốn vào con đường làm giàu bất chính, thì khuynh hướng tự nhiên của người ấy là sẽ không muốn đề cập đến những chuẩn mực đạo đức mà chính bản thân họ đã đi ngược lại. Điều này dẫn đến hệ quả tất nhiên là họ không thể giáo dục con cái thành người đạo đức, càng không đủ tư cách để răn dạy con cái khi chúng đi vào con đường hư hỏng. Và những chuyển biến tự nhiên này tất yếu sẽ phá vỡ bất kỳ gia đình hạnh phúc nào, cho dù khi ấy họ đã có trong tay rất nhiều tiền bạc, của cải.

Khi thấy được những mối nguy hiểm tiềm ẩn sâu xa đó, chúng ta mới thấy được lợi ích lớn lao của việc giữ theo điều giới thứ hai này. Bởi nó giúp ta ngăn ngừa sự đổ vỡ của một cuộc sống bình yên và hạnh phúc chân thật, giữ cho ta không rơi vào sự băng hoại đạo đức của chính bản thân cũng như làm tổn hại đến cả gia đình mình. Hơn thế nữa, một khi chiến thắng được lòng tham, chúng ta sẽ luôn cảm thấy hài lòng với những giá trị vật chất mà chính mình đã làm ra được, sẽ có thể sống hạnh phúc trong tinh thần tri túc với những gì đang có mà không bị lôi cuốn, thôi thúc phải chạy theo lòng ham muốn đối với những cám dỗ vật chất vốn luôn đầy dẫy quanh ta.

Mong rằng với những nhận thức vừa được chia sẻ trên, tất cả chúng ta đều sẽ thấy được tầm quan trọng cũng như sự lợi ích lớn lao của việc giữ theo giới này. Cũng cần nhấn mạnh thêm ở đây là, chính sự nhận thức đúng đắn và nghiêm trì giới luật của mỗi người Phật tử sẽ là sự đóng góp lớn lao mà mỗi chúng ta đều có thể làm được để góp phần dựng xây ngôi nhà Phật pháp, nhưng ngay cả những ai không phải là Phật tử mà có thể sống đúng theo điều giới này, người ấy cũng sẽ trở nên một nhân cách cao thượng hơn hẳn nhiều người khác.

Tuần cuối tháng 8 năm 2017

Thời đại Facebook

Trong thời gian vài ba năm trở lại đây, cơn sốt "thế giới ảo" hầu như đã lên đến đỉnh điểm khi những điều kiện hỗ trợ cho nó ngày càng trở nên dễ dàng hơn: điện thoại thông minh giá rẻ, đường truyền tốc độ cao, cước phí truy cập ngày càng thấp hơn, thậm chí rất dễ dàng để tiếp cận những điểm truy cập miễn phí... Tuy nhiên, điều kiện quan trọng nhất phải kể đến chính là sự phát triển và hoàn thiện của mạng xã hội Facebook. Trong khi thế giới các website chỉ dành cho phần lớn người quảng bá thông tin mang tính chuyên nghiệp, còn các blog miễn phí cũng chỉ dành cho những ai có ít nhiều khả năng viết lách, thì mạng xã hội Facebook dường như lại thích hợp với tất cả mọi người. Bởi tham gia Facebook không đòi hỏi nhiều chuyên môn, hiểu biết, cũng không đòi hỏi trình độ viết lách cao, vì người tham gia chỉ cần bộc lộ "như chính mình" mà thôi. Và có lẽ đó cũng chính là điểm thu hút mạnh mẽ nhất của mạng xã hội này.

Gần đây không ít các bài viết, bài thuyết giảng được lan truyền rộng đã lên tiếng cảnh báo rất nhiều về những tác hại của Facebook đối với thế hệ trẻ, thậm chí đã có người đề cập đến cả những tác hại với các vị tăng ni còn trẻ tuổi. Những điều cảnh báo này là thiết thực, và chúng ta cũng có thể dễ dàng nhận ra những điểm tiêu cực mà Facebook đang tạo ra cho những người tham gia "thế giới ảo".

Tuy nhiên, Facebook có thực sự "đáng ghét" và "đáng sợ" như nhiều người đã lên tiếng phê phán và cảnh báo? Câu trả lời tùy thuộc vào góc nhìn của người nhận định. Trong thực tế, Facebook chỉ là một công cụ, và việc sử dụng công cụ đó như thế nào là tùy thuộc vào người sử dụng chứ không thể đổ lỗi cho bản thân công cụ ấy.

Để đánh giá một công cụ là tốt hay xấu, chúng ta chỉ nên xét đến khả năng mà nó có thể giúp ta thực hiện công việc. Facebook là một công cụ giao tiếp xã hội, và nó đã giúp ta thực hiện rất tốt công việc này. Khi tham gia Facebook, biên giới địa lý hầu như bị xóa bỏ hoàn toàn, vì những người ở khắp mọi nơi trên thế giới đều có thể tức thời giao tiếp, tức thời gặp gỡ, trò chuyện, thậm chí là nhìn thấy được nhau. Như vậy, những tác hại mà Facebook mang lại như chúng ta đang nhìn thấy, sự thật chỉ là do ta đã sử dụng công cụ giao tiếp tuyệt vời này một cách sai lầm, không đúng đắn. Ngay cả công cụ giao tiếp gần gũi nhất với tất cả chúng ta là lời nói, nếu như được sử dụng một cách từ hòa nhã nhặn thì sẽ luôn mang mọi người đến gần nhau hơn, nhưng nếu sử dụng một cách thô lỗ cộc cằn thì tất nhiên là sẽ tạo ra nhiều sự thù oán, căm ghét... Chính vì vậy, trong lá thư tuần này chúng tôi sẽ không đề cập đến mặt tác hại của Facebook, vì đã có quá nhiều người nói đến, mà sẽ nêu lên một số điểm tích cực, lợi ích lớn lao mà chúng ta có thể nhận được từ Facebook. Tất nhiên, những điều này chỉ có được khi chúng ta biết sử dụng Facebook theo cách đúng đắn và thích hợp. Vì thế, chúng tôi cũng sẽ đề cập đến việc sử dụng Facebook như thế nào để giảm tác hại và khai thác tối đa phần lợi ích.

Trước hết, Facebook giúp quý vị dễ dàng kết nối với các thành viên trong gia đình cũng như bè bạn ở khắp nơi trên thế giới mà vẫn bảo vệ được những thông tin riêng tư. Facebook làm được điều này bằng cách cho phép chúng ta phân loại bạn thân, người quen, hoặc đưa vào một danh sách phân loại cụ thể nào đó. Bằng cách này, quý vị có thể chia sẻ riêng với người trong gia đình những điều mà bạn bè không thể xem được, hoặc cũng có thể chia sẻ những điều trong công việc với nhóm đồng nghiệp đã chọn lọc và không cho phép những người khác nhìn thấy. Tai họa "rò rỉ" thông tin riêng tư của hầu hết người sử dụng Facebook thường là do họ không biết hoặc không chú ý đến chức năng phân loại này.

Vì thế, trước khi đưa một thông tin lên Facebook, quý vị cần xác định rõ là mình đang muốn chia sẻ với những ai và phải chắc chắn rằng những người khác ngoài đối tượng được chia sẻ không thể nhìn thấy những thông tin này.

Lợi ích thứ hai của Facebook là cung cấp cho chúng ta một nguồn thông tin phong phú và gần như vô tận. Ngày nay, ngoài những cá nhân tham gia Facebook chỉ để giao tiếp, còn có rất nhiều nhóm, tổ chức giáo dục, hội đoàn, trường học, cơ quan truyền thông... cũng tham gia vào Facebook và lập ra các Fanpage nhằm quảng bá thông tin. Chính từ những nguồn thông tin công cộng (public) này, vốn không qua bất kỳ hệ thống kiểm duyệt nào, mà chúng ta có thể tiếp cận được thông tin một cách nhanh chóng và đầy đủ. Để xem được thông tin từ Fanpage của một nhóm hay tổ chức nào đó, quý vị chỉ cần truy cập vào trang đó và bấm thích trang (Like). Hơn thế nữa, thông qua tương tác bạn bè, kể cả những bạn bè của quý vị cũng có thể xem thấy những thông tin phổ biến trên trang đó. Điều này nói lên rằng, khi lập một Fanpage - thật dễ dàng vì ai cũng có thể làm được - quý vị cần lưu ý sự khác biệt là thông tin đưa lên đó sẽ mang tính công cộng, tiếp cận với nhiều người, khác với thông tin trên trang cá nhân của quý vị là có thể kiểm soát các đối tượng tiếp cận.

Khi truy cập một trang cá nhân (personal), quý vị sẽ được yêu cầu đăng nhập Facebook nếu chưa đăng nhập. Và nếu chưa có tài khoản, quý vị nên tạo ngay một tài khoản Facebook vì điều đó dễ dàng và không tốn kém gì cả, trong khi nó mang lại nhiều lợi ích chứ không chỉ toàn là tác hại như nhiều người đang lo sợ. Ngoài ra, ngay cả khi đã đăng nhập Facebook rồi thì quý vị cũng vẫn chỉ xem được những thông tin public mà thôi, còn những thông tin nào dành cho bạn bè thì quý vị lại cần phải kết bạn với chủ nhân rồi mới có thể xem được. Sự giới hạn của trang Facebook cá nhân là như thế.

Trang Fanpage hoàn toàn không có những giới hạn như trang cá nhân. Chẳng hạn, quý vị không cần đăng nhập vẫn có thể xem được thông tin đăng tải trên trang. Tuy nhiên, nếu quý vị quan tâm đến trang và bấm nút Thích trang (Like page) hoặc Theo dõi (Follow) thì thông tin cập nhật trên trang ấy sẽ xuất hiện ở bảng tin mỗi lần quý vị đăng nhập Facebook, và do đó quý vị sẽ dễ dàng nhìn thấy hơn mà không phải truy cập vào trang đó.

Bài học cần rút ra từ những hiểu biết trên là quý vị phải hết sức thận trọng trong việc kết bạn với ai đó trên Facebook, vì điều đó đồng nghĩa với việc quý vị đồng ý chia sẻ những thông tin dành cho bè bạn với người đó và ngược lại bản thân quý vị cũng sẽ đồng ý tiếp cận với những thông tin do người ấy đăng tải.

Quý vị cũng cần phải thận trọng trong việc bấm nút Thích trang (Like Page) vì điều đó có nghĩa là quý vị chấp nhận tiếp cận với những thông tin mà trang đó đăng tải.

Tục ngữ có câu: “Chọn bạn mà chơi”, và điều này cũng hoàn toàn đúng trong môi trường Facebook. Nếu quý vị kết bạn không chọn lựa thì chẳng mấy chốc trang cá nhân của quý vị sẽ là nơi hội tụ của vô số những thông tin rác rưởi, độc hại hoặc chí ít cũng là vô bổ. Nếu biết chọn lọc kỹ, quý vị sẽ được tưởng thưởng bằng những giây phút bổ ích và thư giãn mỗi lần vào Facebook.

Hệ quả của bài học trên là quý vị cần biết cách sửa sai ngay khi có thể, bằng việc hủy kết bạn với bất kỳ người nào đăng tải những thông tin "rác rưởi". Bằng cách đó, quý vị sẽ thanh lọc được những gì hiển thị nơi không gian của mình trên Facebook. Và do sự "đồng thanh tương ứng", những bạn bè đồng cảm, cùng quan điểm sẽ dần dần tìm đến với quý vị, để cùng nhau tạo thành một sân chơi bổ ích, một trang giao tiếp lợi lạc thay vì là một cỗ máy "ngốn thời gian" vô ích.

Lợi ích thứ ba của Facebook là nó giúp quý vị chia sẻ dễ dàng những thông tin bổ ích và lợi lạc đến với nhiều người, một cách hoàn toàn miễn phí. Khi quý vị gặp được bất kỳ thông tin bổ ích nào, quý vị có thể dễ dàng chia sẻ (share) nó với tất cả những bạn bè, người quen của mình, nhằm mang lại lợi lạc lớn lao cho nhiều người. Tất nhiên, nếu sử dụng chức năng này một cách không chọn lọc và vô trách nhiệm, thì quý vị sẽ có thể trở thành người tiếp tay lan truyền những tin tức sai lệch hoặc góp phần làm nhiễm độc môi trường "thế giới ảo". Và điều đó sẽ gây tác hại cho rất nhiều người. Vì thế, để tận dụng được lợi ích này, quý vị cần phải dành thời gian đọc và hiểu được lợi ích của một thông tin trước khi quyết định chia sẻ nó, thay vì liên tục "share" bất kỳ thông tin nào có được. Trong thực tế, một người thường chia sẻ những thông tin bổ ích sẽ mặc nhiên tạo ra được uy tín đối với những người được chia sẻ, và điều đó khuyến khích họ đọc tất cả những gì do quý vị gửi đến.

Trong thời gian khoảng một năm qua, Fanpage Rộng Mở Tâm Hồn đã chia sẻ hàng chục ngàn bài viết, sách Phật học, Kinh điển... đến với hàng ngàn độc giả khắp mọi nơi. Thông qua đó, hàng ngàn người thích trang lại tiếp tục chia sẻ các bài viết hoặc kinh sách này đến với bạn bè của họ, và nhờ đó mà sức lan tỏa của Giáo pháp càng trở nên rộng khắp hơn. Lợi ích mang lại từ những chia sẻ này là không thể phủ nhận, và nó được mang lại chỉ qua việc sử dụng Facebook một cách thích hợp, đúng đắn chứ không cần phải tốn kém chi phí, tiền bạc gì cả. Để tham gia vào công việc chia sẻ, quảng bá này, quý vị chỉ cần làm một thao tác đơn giản là bấm nút thích trang và sau đó chọn những bài viết, kinh sách có ý nghĩa lợi lạc để chia sẻ với bạn bè, người quen của mình. Rất nhiều người sẽ được hưởng lợi từ sự tham gia dễ dàng của quý vị.

Ngoài ra, trong thời gian qua chúng ta cũng dễ dàng thấy được là các video thuyết giảng được phát trực tiếp trên Facebook đã mang lại lợi ích vô cùng lớn lao, vì nó giúp cho những người không có điều kiện đến tham dự trực tiếp vẫn có thể theo dõi được nội dung thuyết giảng. Hơn thế nữa, thay vì chỉ có thể nghe qua một lần, việc phát trên Facebook với chức năng lưu trữ còn cho phép chúng ta nghe lại các bài giảng thích hợp với mình nhiều lần để có thể nắm hiểu được hết ý nghĩa trong đó.

Những lợi lạc như vừa nêu trên là món quà quý giá có được từ công nghệ thông tin hiện đại và chúng ta phải biết ơn các nhà phát triển Facebook thay vì luôn phê phán, chỉ trích họ. Nhưng để có được những lợi ích như trên thì ngoài việc biết cách sử dụng thích hợp và đúng đắn, điều quan trọng không kém là quý vị cũng cần phải có sự điều độ về thời gian trong việc sử dụng Facebook. Mỗi ngày (hoặc vài ba ngày) chỉ nên dành một khoảng thời gian thích hợp cho Facebook nhằm tiếp nhận thông tin và chia sẻ thông tin, đừng bao giờ xem đó là một nơi "trốn tránh" cuộc đời thật hay một môi trường giải trí miễn phí mà quý vị có thể tiêu tốn tất cả thời gian vào đó. Ngoài việc phải mất đi quá nhiều thời gian, việc sống trong "thế giới ảo" quá lâu thường sẽ biến quý vị thành một người "bất thường" với những thay đổi nhất định trong cuộc

sống thật. Và điều nguy hiểm nhất đã được nhiều người thừa nhận là việc sử dụng Facebook với thời gian quá lâu có thể gây... nghiện. Do đó, quý vị cần phải luôn ý thức được những lợi ích của Facebook và chỉ đến với nó để khai thác những lợi ích này, nhưng đồng thời cũng phải luôn cảnh giác với những tác hại sẽ có khi sử dụng Facebook không thích hợp.

Hy vọng qua những chia sẻ trên đây, chúng ta sẽ có một cái nhìn khách quan và đúng thật hơn về những gì mạng xã hội Facebook đã và đang đóng góp vào đời sống cộng đồng. Và chỉ như thế chúng ta mới có thể tận dụng được những ưu thế và lợi ích của công cụ giao tiếp này.

Tuần đầu tháng 9 năm 2017

Không nói dối

Chúng ta đã có dịp bàn qua về các giới không giết hại, không trộm cắp. Hôm nay chúng ta sẽ cùng nhau đề cập đến một điều giới khác: không nói dối.

Hầu hết chúng ta khi vừa nghe qua điều giới này có lẽ đều cho rằng rất đơn giản và không có gì khó cả. Nhưng khi áp dụng vào thực tế đời sống, chúng ta sẽ sớm nhận ra ngay là thật không dễ để giữ trọn điều giới này. Tuy nhiên, nếu nhận hiểu được ý nghĩa sâu xa của điều giới này và quyết tâm giữ trọn theo được, chúng ta sẽ thấy được sự lợi ích lớn lao mà nó mang lại cho bản thân ta cũng như gia đình và cộng đồng quanh ta trong cuộc sống.

Không nói dối có nghĩa là chỉ nói toàn sự thật, mà sự thật thì luôn mang lại niềm tin cho cả người nói lẫn người nghe. Khi ta nói ra một điều đúng thật, ta sẽ cảm thấy tự tin về điều mình đã nói ra, vì ta biết rằng sự thật đã diễn ra đúng thật như thế. Khi người nghe qua nhiều lần tiếp xúc đã hiểu được sự chân thật trong lời ta nói, họ cũng sẽ dễ dàng đặt niềm tin vào những gì ta nói ra. Trong một gia đình, tổ chức hay cộng đồng mà mọi người đều có thể tin cậy lẫn nhau, không lừa dối nhau, thì gia đình, tổ chức hay cộng đồng ấy chắc chắn sẽ tạo ra được một môi trường hài hòa, cảm thông giữa tất cả mọi người.

Chỉ cần lưu tâm một chút, chúng ta sẽ dễ dàng thấy ngay rằng hầu hết các tội lỗi trong xã hội đều gắn liền với nói dối. Nói cách khác, việc loại trừ được sự dối trá cũng đồng nghĩa với loại trừ được hàng loạt các tội lỗi khác. Không nói dối thì người ta không thể phạm tội, mà nếu đã lỡ phạm tội cũng sẽ không tiếp tục gây hại nhiều cho xã hội nếu như không có sự kết hợp với nói dối, chạy tội. Hơn 80% các hoạt động của ngành tư pháp chủ yếu là để bảo đảm ngăn cản hoặc phát hiện những lời nói dối. Vì thế, nếu mọi người đều hiểu được lợi ích của điều giới này và tự nguyện giữ giới không nói dối, chắc chắn là toàn xã hội này sẽ thay đổi theo hướng tích cực hơn rất nhiều.

Ngược lại, trong một xã hội suy thoái thì dấu hiệu trước tiên và quan trọng nhất cũng chính là sự phát triển của dối trá. Một người cha nói dối có thể gây hại cho cả gia đình, bởi hàng xóm sẽ không còn ai tin cậy, hợp tác với gia đình đó nữa. Một giám đốc công ty không giữ được uy tín, chắc chắn công ty đó sẽ sớm tàn lụi vì không còn đối tác nào muốn hợp tác dài lâu với họ. Cũng vậy, lãnh đạo một đất nước mà dối trá, đánh mất uy tín quốc gia thì đất nước đó sẽ rất khó có được sự hợp tác hoặc giúp đỡ từ những quốc gia khác, đơn giản chỉ vì đã không còn sự tin cậy lẫn nhau.

Vì thế, dù là muốn phát triển uy tín cá nhân hay gia đình, cộng đồng xã hội hay cả một dân tộc, đất nước, thì không có gì quan trọng hơn là sự chân thật, không dối trá. Đức Phật đã thấy trước được tất cả những điều này, nên chỉ trong năm điều giới vỏn vẹn chi phối cả một đời người tu tập, thì ngài đã chọn đưa vào một điều là không nói dối.

Một số người cho rằng, nếu nói dối mà không có hại, hoặc thậm chí là có lợi cho ai đó, trong một hoàn cảnh nhất định nào đó thì cũng không nên xem là điều đáng ngăn cấm. Tuy nhiên, nếu chúng ta xét kỹ thì thật ra không thể có bất kỳ lời nói dối nào có thể gọi là vô hại như phát biểu trên. Bởi cho dù một lời nói dối không gây ra tác hại trực tiếp cho bất kỳ ai, thì điều tác hại trước tiên không thể nào tránh khỏi là nó đang làm cho chúng ta trở nên quen thuộc hơn với thói quen nói dối, và những lời nói dối theo sau nữa, của những lần sau nữa, thì không ai có thể dám chắc là sẽ hoàn toàn vô hại. Đây cũng chính là lý do vì sao trong giáo dục tuổi trẻ, điều trước tiên cần chú ý là phải luôn bảo đảm sự chân thật. Việc giữ cho các em xa lìa thói quen nói dối bao giờ cũng dễ dàng và hiệu quả hơn nhiều so với việc trừ bỏ thói quen nói dối khi nó đã hình thành trong tính cách của các em.

Trong hoàn cảnh thực tế hiện nay, hơn bao giờ hết chúng ta cần phải luôn nhấn mạnh đến sự trung thực, chống lại sự dối trá, bởi nếu không như thế, chúng ta sẽ không mong gì có thể dẫn dắt thế hệ trẻ tiếp theo đi vào con đường chân chánh. Hiện nay có quá nhiều thực trạng đang làm xói mòn niềm tin của tuổi trẻ vào sự trung thực mà chúng ta hầu như có thể nhìn thấy ở khắp nơi. Rất nhiều trong số các mẫu "đơn xin tự nguyện" được đưa ra mà thực chất là người ký đơn không hề mong muốn hay tự nguyện. Đó là dối trá. Rất nhiều trong số những mẩu tin tức được lan truyền có nội dung trái ngược với thực trạng đang diễn ra. Đó cũng là dối trá. Tuổi trẻ ngày càng đối diện nhiều hơn với những sự gian dối từ trong gia đình ra đến ngoài xã hội. Nếu chúng ta không mang đến cho các em một nhận thức đúng đắn về sự chân thật, chắc chắn các em sẽ vô cùng hụt hẫng và khó khăn khi tự mình cố gắng chống lại thói quen nói dối.

Người Phật tử chúng ta thật may mắn có thể chống lại sự dối trá không chỉ bằng những lý luận thực tiễn hay luân lý đạo đức mà còn có cả sức mạnh kiên định của niềm tin vào đức Phật, đấng Giác ngộ và là người chỉ đường sáng suốt nhất. Khi nhớ đến điều giới không nói dối là một trong năm điều giới đã được chính đức Phật chế định, chúng ta sẽ có thêm niềm tin vững chắc để chống lại sự gian dối.

Thực hành không nói dối là bước đầu tiên để xác lập

niềm tin nơi người khác, nhưng đồng thời cũng là nền tảng quan trọng giúp chúng ta có thể tự tin vào hiệu quả sự tu tập của chính mình. Không nói dối có nghĩa là luôn thể hiện bản thân mình đúng thật như mình đang hiện hữu, không che giấu cũng không phô trương, và vì thế mà ta mới có thể xác định được những bước tu tập thích hợp cho hiện tại cũng như trong thời gian sắp tới. Người tu tập mà thiếu sự trung thực trước tiên, chắc chắn sẽ dần dần rơi vào chỗ dối người, dối mình và cuối cùng sẽ không còn là chính bản thân mình nữa. Tu tập trong một hoàn cảnh như thế thì chắc chắn không thể có sự tiến bộ hay chuyển biến tích cực nào.

Rất nhiều bạn trẻ từng đặt câu hỏi với tôi về một pháp môn tu tập cụ thể để giúp hoàn thiện bản thân, thay đổi đời sống. Tôi luôn khuyên tất cả các bạn hãy bắt đầu bằng việc giữ giới, và trong năm giới thì dường như chính việc không nói dối là cần thiết phải chú tâm thực hiện trước nhất. Vì sao vậy? Vì “lời nói không mất tiền mua”, cho nên cũng chính việc phạm giới nói dối là dễ dàng hơn bất kỳ hành vi phạm giới nào khác. Và cũng bởi vì, tuy dễ dàng phạm vào như thế, nhưng tai hại của nó lại không hề nhỏ nhặt và hơn nữa còn để lại cho chúng ta một hệ quả tai hại lâu dài nhất: đó là thói quen nói dối. Một khi nói dối đã bị tập nhiễm thành thói quen thì việc từ bỏ là hết sức khó khăn mà tác hại thường xuyên thì quả thật không thể đo lường được hết.

Khi mỗi người chúng ta đều cố gắng sống trung thực, không nói dối và không tán thành, ủng hộ sự dối trá, thì đó chính là cách tích cực nhất để xây dựng một xã hội tốt đẹp hơn, đáng sống hơn cho tất cả mọi người.

Tuần thứ hai tháng 9 năm 2017

Không tà dâm

Trọn bộ An Sĩ toàn thư có 5 quyển thì đã dành trọn 2 quyển Vạn thiện tiên tư và Dục hải hồi cuồng để nói về hai nghiệp giết hại và tà dâm. Thật ra, có thể nói hai nghiệp xấu này đã chiếm hẳn một tỷ lệ rất lớn trong hành nghiệp của tất cả chúng sinh. Cho nên, nếu ai có thể chế ngự được các nghiệp xấu này thì ranh giới ngăn cách giữa phàm phu với thánh hiền hẳn cũng không còn xa xôi nữa.

Kinh Lăng Nghiêm dạy rằng, dâm dục là cội nguồn của sinh tử. Điều đó có thể nhìn thấy ngay trong cuộc sống hiện tại này, bởi do tập khí tham dục nhiều đời nên chúng sinh ở cõi này đều sinh ra từ sự dâm dục. Cũng chính vì thế mà trong Ba cõi thì cõi mà chúng ta đang sống có tên là Dục giới. Trong 4 cách sinh ra của muôn loài chúng sinh (thai sinh, noãn sinh, thấp sinh và hóa sinh) thì cách sinh ra từ bào thai (thai sinh) hay từ trứng (noãn sinh) đều là kết quả của dâm dục. Bởi vậy, muốn chế ngự được tâm tham dục mà không quán xét đến tận nguồn cội của nó thì dù cố gắng đến đâu cũng không thể nào đạt được kết quả.

Về việc tiết chế dâm dục, đức Phật chế định giới luật của bậc xuất gia là đoạn dứt hoàn toàn, tuyệt đối không hành dâm, trong khi đối với cư sĩ tại gia thì chưa phải đoạn dâm hoàn toàn mà chỉ giới hạn ở mức độ không tà dâm. Đây là một điểm linh hoạt nhằm giúp cho Phật pháp có thể đến được với những người sơ cơ để tùy theo khả năng hiện có mà dẫn dắt họ dần dần tiến tu trên đường đạo.

Thật ra, tham dục cũng là một trong các dạng thức của sự ham muốn, nhưng là loại ham muốn mạnh mẽ và nguy hiểm nhất mà hầu hết những chúng sinh thông thường đều không có khả năng cưỡng lại. Thử tưởng tượng, nếu rơi vào một hoàn cảnh cám dỗ khơi dậy ham muốn tình dục mà không có bất kỳ sự ngăn trở nào từ bên ngoài, ắt hẳn việc phạm giới sẽ rất khó cưỡng lại, trừ phi là đối với những người đã có sự tu tập quán chiếu để hiểu rõ được tác hại của sự việc trong hiện tại cũng như tương lai. Vì thế, nếu chúng ta chỉ giữ giới như một cam kết suông mà không có sự thường xuyên tu tập quán chiếu thì chắc chắn sẽ rất dễ dàng phạm vào điều giới tà dâm này khi rơi vào những hoàn cảnh có sự cám dỗ.

Vì ham muốn tình dục cũng là một dạng thức ham muốn, nên điều tất nhiên là việc kiểm soát hay đối trị với nó cũng liên quan đến toàn bộ quá trình tu dưỡng rèn luyện của ta đối với sự ham muốn nói chung. Một người sống buông thả, chạy theo mọi ham muốn bốc đồng trong đời sống thì có phần chắc chắn là chính người ấy cũng sẽ có một ham muốn tình dục vô cùng mạnh mẽ và không có khả năng tự kiềm chế. Ngược lại, một người sống tỉnh giác, luôn biết suy xét sáng suốt mọi ham muốn của mình ngay khi chúng vừa sinh khởi để chủ động kiểm soát và đối trị, thì điều tất nhiên là người ấy cũng sẽ có một khả năng mạnh mẽ hơn trong việc đối trị với những ham muốn tình dục.

Chúng ta đều biết, mọi ham muốn đều chỉ là những cảm xúc nhất thời, được khởi sinh do sự giao tiếp giữa các giác quan của chúng ta (căn) với ngoại cảnh bên ngoài (trần). Không một cảm xúc ham muốn nào có thể tồn tại mãi mãi, nên chỉ cần chúng ta sáng suốt không buông thả tự thân, vượt qua được một khoảng thời gian nhất định (mà không cần làm gì cả) thì mọi cảm xúc ham muốn đều sẽ tự chúng suy yếu và tan biến. Vì thế, để rèn luyện khả năng đối trị với tham dục thì điều quan trọng nhất là ta phải luôn sống tỉnh giác và không buông thả bản thân chạy theo những ham muốn của bản thân. Lâu dần, khả năng kiềm chế trước những cảm xúc mạnh mẽ của chúng ta sẽ được gia tăng, và do đó ta sẽ không còn bị lôi cuốn, thúc đẩy chạy theo tham dục để phải thực hiện những hành vi sai trái, phạm vào giới luật.

Trong thực tế, mọi sự ham muốn của chúng ta, trong đó kể cả tham dục, vốn đều có cội nguồn, gốc rễ huân tập từ nhiều đời nhiều kiếp, cho nên mới tạo thành những bản năng tham muốn mà mỗi người đều sẵn có ngay từ lúc sinh ra. Vì thế, ta không thể mong đợi nhất thời dứt bỏ hay đối trị được tất cả, mà chỉ có thể từng bước tiến dần theo đúng hướng trên đường tu tập thì mỗi ngày sẽ giảm nhẹ dần đi, làm suy yếu dần ngọn lửa tham dục. Trong trường hợp ngược lại, với những ai sống buông thả theo sự ham muốn, thì lòng ham muốn của họ sẽ chẳng khác gì một bếp lửa thường xuyên được chất thêm củi vào, chỉ có thể mỗi ngày một cháy dữ dội hơn, thiêu đốt nhiều hơn, không thể nào tàn lụi được.

Một trong những suy nghĩ phân vân của rất nhiều người là nếu trừ bỏ hết tất cả mọi sự ham muốn, liệu cuộc sống của chúng ta có còn gì là vui thú? Cách suy nghĩ sai lầm này một phần là xuất phát từ sự thiếu suy xét, nhưng một phần lại là do chưa có sự trải nghiệm của tự thân, nên cũng tương tự như người đứng bên này sông bàn luận về cảnh vật bên kia sông, chỉ có thể suy diễn mông lung mà không thể nào có sự hiểu biết thấu đáo và đúng thật.

Về sự quán chiếu suy xét, chúng ta cần thấy rõ rằng hầu hết những cảm xúc thỏa mãn có được từ dục lạc mà chúng ta gọi là "vui thú" trong đời thường, thật ra chỉ là đối cực của những cảm xúc khổ đau, khó chịu. Vì thế, hiểu theo nghĩa này thì ngay trong cái vui đã có hạt nhân của khổ, mà đã có nhân của khổ thì việc gánh chịu khổ đau chỉ còn là vấn đề thời gian chứ không thể nào tránh được. Bởi vậy, cái vui thích khi gần gũi là nhân của khổ đau khi xa cách, cái vui thích khi được ngợi khen là nhân của khổ đau khi bị chê trách, cái vui thích khi được giàu sang là nhân của khổ đau khi bị nghèo khó... Nếu ngay từ những hoàn cảnh "vui thích" trong đời sống mà có thể tỉnh giác nhận ra và đối trị, thì cho dù nghịch cảnh có xảy đến ta vẫn có thể an nhiên tự tại mà không bị nhấn chìm vào sự khổ đau. Chính cái vui thích của sự an nhiên tự tại này mới là sự vui thích có thể lâu bền và gần gũi với đạo pháp, có thể giúp ta thuận lợi tiến xa hơn trên đường tu tập.

Về mặt kinh nghiệm tự thân, mỗi chúng ta đều có thể đã từng cảm nhận được những niềm vui trong sáng khác hơn là những niềm vui có được từ sự thỏa mãn dục lạc. Cái vui của một cuộc tụ họp nhậu nhẹt đông người chẳng hạn, có thể rất cuốn hút đối với một số người, nhưng hệ quả sau đó thì hầu như ai cũng có thể thấy được. Ngược lại, niềm vui trong sáng nhẹ nhàng khi có thể vô tư giúp đỡ được một ai đó qua cơn hoạn nạn khó khăn lại là một niềm vui mà bất cứ ai đã từng trải nghiệm đều có thể hiểu được năng lực nuôi dưỡng tinh thần của nó. Cũng vậy, niềm vui tĩnh lặng sau một khóa thiền ngắn ngày chẳng hạn, thường có khả năng giúp ta chữa lành được những thương tổn tinh thần nếu có từ trước đó, và cũng có thể giúp ta cảm thấy cuộc sống có nhiều ý nghĩa hơn, sinh động hơn với những cảm nhận tinh tế hơn từ môi trường chung quanh cũng như với những người mà ta có nhân duyên tiếp xúc. Một khi đã trải nghiệm được những niềm vui có được từ sự thực hành các thiện hạnh, chúng ta sẽ thấy không còn bị cuốn hút bởi những niềm vui giả tạm và chứa đầy nguy hại từ sự thỏa mãn dục vọng. Và vì thế, với những ai đã thực sự trải nghiệm thì câu hỏi đặt ra như trên là hoàn toàn sai lầm.

Trong thực tế, không ít gia đình đã tan vỡ chỉ vì sự buông thả nhất thời theo dục tình của người vợ hoặc người chồng, và điều đó để lại những khổ đau, thương tổn dài lâu rất khó hàn gắn cho chính họ cũng như con cái. Hạnh phúc dài lâu của cả một gia đình được mang ra đánh đổi với niềm vui thú trong thoáng chốc, quả thật là một cái giá quá đắt mà những ai sáng suốt đều không thể chấp nhận. Và nếu xét đến những hệ quả mà con cái trong gia đình ấy phải gánh chịu về vật chất cũng như về các mặt tâm sinh lý, thì quả thật những hành vi sai trái này không chỉ là thiếu khôn ngoan mà còn là một tội lỗi thực sự, trong ý nghĩa nó đã gây ra tổn hại rất nhiều cho chính bản thân và những người chung quanh.

Người khôn ngoan không đợi khi lửa cháy mới đi tìm phương tiện chữa cháy, vì điều đó là vô nghĩa và vô ích. Thay vì vậy, cần biết phòng ngừa ngay từ khi sự việc còn chưa phát sinh bằng cách luôn tỉnh giác quan sát những ham muốn của mình để có thể nhận biết và kiểm soát được chúng. Một người biết sống tỉnh giác theo giới luật thì không đợi đến khi gặp việc mới suy xét về tác hại của sự việc đó, mà cần phải thấu hiểu những sai trái từ khi những ý tưởng ham muốn chỉ vừa khởi sinh trong lòng mình. Đối với những ai biết sống tỉnh giác như thế, cho dù có rơi vào những hoàn cảnh đầy cám dỗ thì vẫn có đủ nội lực và sự sáng suốt để đối trị và vượt qua.

Trong cuộc sống thế tục, chúng ta không thể né tránh hoặc phủ nhận rất nhiều nỗi khổ niềm đau luôn vây phủ quanh ta, nhưng sống như thế nào để có thể chấp nhận những khổ đau ấy một cách tốt nhất và dần dần hóa giải được chúng, hướng đến một đời sống ngày càng tốt đẹp hơn, đó mới chính là sự lựa chọn khôn ngoan của mỗi người. Và những lời dạy của đức Phật chính là ngọn đuốc soi đường để chúng ta có thể luôn bước đi theo đúng hướng như thế trong cuộc sống này. Hơn thế nữa, với những điều giới do đức Phật chế dịnh, chúng ta sẽ trang bị được cho chính mình một tấm áo giáp kiên cố để ngăn ngừa được mọi sự tổn hại. Chỉ cần nghiêm túc sống theo giới luật, chúng ta sẽ được bảo vệ tránh khỏi hầu hết những hành vi sai trái xấu ác, mà tà dâm là một trong những hành vi xấu ác đó.

Mong sao những chia sẻ trên đây có thể giúp ích được ít nhiều cho mọi người, để cùng nhắc nhở nhau luôn sống và làm đẹp hơn cho cuộc đời này.

Tuần thứ ba tháng 9 năm 2017

Không uống rượu

Trong năm điều giới do đức Phật chế định, có lẽ điều giới không uống rượu là có nhiều ý kiến khác biệt nhất trong đa số Phật tử. Nhiều người lập luận rằng, chỉ khi nào uống say mới gọi là phạm giới. Những người khác, tuy không nói ra nhưng mặc nhiên thừa nhận quan điểm đó bằng cách thường xuyên tiếp cận với rượu bia, miễn là không đến mức say xỉn. Và nếu chúng ta nhìn một cách tổng quát trong sinh hoạt giao tế hiện nay, thì số người thực sự không chạm môi đến các chất gây say như bia rượu có lẽ không nhiều lắm. Một số khác nữa thì viện dẫn rằng đức Phật vẫn cho phép các vị tỳ-kheo dùng rượu nếu cần thiết để trị bệnh, vậy nếu uống đôi chút rượu bia mà "tốt cho sức khỏe" thì hẳn không thể gọi là phạm giới.

Từ những quan niệm dễ duôi như trên, chúng tôi chợt nhớ đến một câu chuyện trong kinh Đại Bát Niết-bàn, đức Phật kể về một con quỷ dạ-xoa đi theo nài nỉ xin của người kia tấm phao vượt biển. Khi không xin được nguyên chiếc phao, nó cố nài nỉ để xin một nửa. Không được một nửa, nó cố xin một chút. Cuối cùng, vẫn không xin được một chút, nó lại nài nỉ: "Thế ông hãy cho tôi một miếng cực nhỏ, chỉ bằng mũi kim thôi cũng được."

Đức Phật dạy rằng, người khôn ngoan thì dù một miếng cực nhỏ bằng mũi kim cũng không thể đồng ý cho đi, bởi như thế chắc chắn chiếc phao sẽ xì hơi và không còn có thể giữ an toàn cho người ấy khi vượt biển. Và qua câu chuyện, đức

Phật liên hệ đến việc giữ giới của người Phật tử để chỉ ra rằng, đừng cho rằng một việc rất nhỏ nhoi phạm vào giới luật thì sẽ không sao. Giống như chiếc phao kia, dù thủng một lỗ rất nhỏ cũng đã đủ để phải chìm xuống biển. Người giữ giới nếu không nghiêm cẩn, dù tưởng rằng mình đang phạm một lỗi không nghiêm trọng, nhưng chính sự dễ duôi đó sẽ đưa dần đến chỗ hủy phạm hoàn toàn giới luật không xa lắm.

Lại có câu chuyện khác kể về một người kia bị đẩy vào tình huống buộc phải phạm một trong năm giới. Ông suy nghĩ, giới sát rất nặng nề, chắc chắn không thể phạm vào. Việc trộm cắp thì người khinh chê, cũng không thể phạm. Cả hai giới tà dâm và nói dối cũng đều xấu xa, nên chỉ có việc uống rượu xem ra là nhẹ nhất. Và ông chọn chỉ phạm vào giới này. Thế nhưng sự thật là sau khi đã uống rượu say, trong lúc không còn tự chủ ông bắt đầu lần lượt phạm vào cả bốn giới trước đó.

Trong đời sống, việc uống rượu say rồi phạm vào những điều xấu ác không phải là chưa từng xảy ra. Thế nhưng, những người uống rượu vẫn luôn cho rằng việc đó... không xảy đến với họ, vì họ luôn biết tự kiềm chế để không quá say sưa. Vậy phải chăng quan điểm "uống rượu không say thì không phạm giới" sẽ luôn được sự ủng hộ của nhiều người?

Thật ra, đã là người Phật tử thì việc xác định một vấn đề, một quan điểm là đúng hay sai, trước tiên chúng ta phải dựa trên nền tảng những lời Phật dạy. Đức Phật chế định giới không uống rượu, tuy có châm chước việc sử dụng trong trường hợp trị bệnh, nhưng hoàn toàn không có nghĩa là "cho phép uống vừa phải". Cách lập luận này chỉ có thể xem là ngụy biện mà thôi. Bởi vấn đề quan trọng nhất ở đây không phải là việc uống một đôi chút rượu bia có hại hay không, mà vấn đề là chính cái quan điểm giữ giới theo cách đó không sớm thì muộn cũng sẽ đẩy chúng ta đến chỗ phá giới hoàn toàn. Cũng như người mang chiếc phao vượt biển, nếu thủng một lỗ rất nhỏ bằng mũi kim thì chưa hẳn đã thấy có thay đổi gì ngay, nhưng điều tất yếu là khi phao đã xì hơi, sớm muộn gì nó cũng sẽ chìm thôi.

Bởi vậy, khi xét đến điều giới này, trước hết chúng ta cần quán chiếu tất cả những tác hại của rượu - và các chất gây say, gây nghiện - để có một thái độ rõ ràng, dứt khoát phải tránh xa chúng, thay vì nhập nhằng trong tình trạng thỉnh thoảng lại phạm vào một chút.

Điều đáng chú ý ở đây là, khi quý vị xác định khuynh hướng giữ giới một cách dứt khoát, thì việc tránh xa rượu bia lại trở nên dễ dàng hơn nhiều so với tình trạng "lúc uống lúc không". Bởi vì việc uống rượu vốn chỉ là thói quen được tập thành, nếu ta đã từ bỏ được thì sẽ không còn cảm thấy bị lôi cuốn, cám dỗ gì nữa, còn nếu vẫn duy trì thói quen đó thì sự cám dỗ, thôi thúc trong nhiều trường hợp sẽ rất mạnh mẽ đến mức không cưỡng lại được.

Thử tưởng tượng đối với những người chưa từng uống rượu, nếu bị ép phải nhấp vào một ngụm thì cảm nhận đầu tiên là đủ các vị cay, đắng, nồng, hôi, thậm chí súc miệng năm bảy lần vẫn còn cảm thấy miệng hôi không chịu được. Thế nhưng, qua vài ba lần "tập luyện", quen dần với ma men thì bắt đầu thấy ngọt, thấy thơm, không uống không chịu được. Như vậy, thói quen ấy là do chính ta tập mà thành, không phải tự nhiên mà có. Nếu quán xét thấy được những tai hại của nó,tại sao không thể dứt khoát bỏ đi? Một khi đã dứt khoát bỏ được, dù một hớp cũng không chạm vào, thì những sự lôi cuốn, thèm muốn trước đó sẽ tự nhiên tiêu tan đi hết, việc giữ giới trở thành hoàn toàn tự nhiên mà không có gì là khó khăn, gượng ép cả.

Tuy nhiên, việc giữ giới không uống rượu trong xã hội ngày nay, phải thừa nhận là cực kỳ khó khăn. Khi nhà máy sản xuất bia rượu được phong anh hùng lao động, và chuyện vui chuyện buồn gì trong xã hội cũng đều có mặt ma men, thì một người giữ vững được quan điểm, cách sống của mình xem ra không thể dễ dàng. Đi đến đám tiệc nào, cuộc giao tế nào, dường như cũng thấy người ta lấy rượu bia làm thước đo của lòng hiếu khách. Hầu như gắn liền với những cuộc vui có chạm ly chạm cốc chỉ có những tràng cười, những khuôn mặt hân hoan hỉ hả mà thôi...

Thế nhưng, chỉ cần điểm qua một vài con số thống kê khi ra khỏi bàn rượu, có lẽ chúng ta sẽ khó mà giữ được nụ cười. Theo thống kê của Ủy ban An toàn giao thông Quốc gia, khoảng 40% số vụ tai nạn giao thông liên quan đến rượu bia và con số này đang có xu hướng gia tăng ngày càng nhiều hơn. Còn riêng tại Bệnh viện Việt Đức, thống kê cho thấy có đến 60% số ca cấp cứu là liên quan đến rượu bia. Điều này thật hoàn toàn dễ hiểu, vì khi đã có hơi men thì phản xạ lúc lái xe không còn chính xác, và do đó ngay cả những người không uống rượu khi lưu thông trên đường gặp phải các "ma men" thì vẫn phải chịu chung số phận.

Và phía sau những con số thống kê này là những thương tật vĩnh viễn, những người mẹ mất con, vợ mất chồng, con mất cha... những gia đình đổ vỡ, suy sụp, trở thành những gánh nặng cho toàn xã hội. Quả thật, còn đâu những tràng cười phấn khích, những lời chúc tụng hân hoan kèm theo với những ly rượu bia được nốc cạn! Và nếu chúng ta cố tình phớt lờ đi những sự thật đau lòng đang xảy ra cho toàn xã hội chỉ để tiếp tục những cuộc vui vì chuyện buồn chưa đến với chính mình, thì chắc chắn những nỗi đau như trên sẽ vẫn còn tiếp diễn ở nhiều nơi trong xã hội.

Đó là chưa nói đến những trường hợp nghiện ngập thực

sự khi mà người uống rượu đã đi đến chỗ giao trọn cuộc đời mình cho ma men. Những gia đình như thế chắc chắn sẽ là những địa ngục trần gian, bởi không một người mẹ, người vợ nào có thể cứu vãn được nữa. Và những đứa con lớn lên trong những gia đình như thế dường như chỉ có một lựa chọn duy nhất là đi theo con đường nghiện ngập, bởi chúng như những chồi non thui chột không đủ điều kiện để vươn lên tỏa sáng trong ánh mặt trời. Những người chồng, người cha như thế, chắc chắn không thể làm tấm gương sáng cho chúng học hỏi noi theo.

Riêng đối với người Phật tử thì tác hại của rượu còn có thể xem là lớn hơn gấp nhiều lần. Bởi những khổ đau trong đời sống này bất quá cũng kéo dài không quá giới hạn của một đời, nhưng rượu gây tác hại đến sự sáng suốt của đầu óc, và do đó cản trở, hủy hoại con đường tu tập của người Phật tử, và điều đó sẽ để lại tác hại đến nhiều đời sau nữa. Khi đã phát tâm tu tập, làm theo lời Phật dạy, mà chấp nhận để cho bia rượu xen vào đời sống của mình thì người Phật tử đó không thể nào vững bước đi trên con đường tu tập dài lâu được.

Điểm qua những tác hại như trên mới thấy rõ được rằng sự chế định của đức Phật từ cách đây hơn 25 thế kỷ là vô cùng sáng suốt và cho đến ngày hôm nay vẫn hoàn toàn đúng đắn. Cho nên, người Phật tử đã phát tâm giữ giới thì không nên chấp nhận theo những quan niệm nhập nhằng, thiếu sự dứt khoát. Cần phải xác định một cách rõ ràng, rạch ròi giữa đúng và sai, nên hay không nên, và phải có đủ ý chí, quyết tâm để thực hiện điều mình đã chọn. Có như vậy mới xứng đáng là người tu học theo giáo pháp của đức Như Lai.

Tuần cuối tháng 9 năm 2017

Giới Định Tuệ

Chúng ta đã có dịp bàn qua về năm điều giới do đức Phật chế định dành cho người Phật tử tại gia. Có thể nói, giữ giới nghiêm túc là bước đầu quan trọng nhất trong tiến trình tu tập của người Phật tử. Những ai chưa thực sự nghiêm túc giữ theo giới luật thì mãi mãi vẫn chỉ là người đứng bên ngoài ngôi nhà Phật pháp. Bởi cho dù có tìm hiểu, nghiên cứu, thu thập được bao nhiêu tri thức, hiểu biết về đạo Phật đi chăng nữa, người ấy vẫn không thể thực sự nhận được những lợi ích sâu xa, mầu nhiệm mà Phật pháp mang lại trong cuộc sống.

Giới luật là nền móng căn bản nhất của mọi pháp môn tu tập. Chưa từng thấy có pháp môn tu tập nào trong đạo Phật mà không dựa trên căn bản giới luật. Vì thế, người hành trì bất cứ pháp môn nào mà không giữ theo giới luật thì cũng chẳng khác nào kẻ xây nhà trên cát, không chuẩn bị trước một nền móng vững chắc cho ngôi nhà của mình. Cho dù có thể nhìn thấy được một vài kết quả của sự hành trì thì đó cũng chỉ là tạm bợ, nhất thời mà thôi. Không có giới luật thì mọi phương pháp tu tập hành trì đều sẽ không thể mang lại kết quả thực sự dài lâu.

Sở dĩ có thể đưa ra nhận định như trên vì giới luật chính là phương tiện đầu tiên và duy nhất để điều chỉnh đồng thời cả ba nghiệp thân khẩu ý của chúng ta đi vào con đường chân chánh. Chúng ta không thể thực hiện bất kỳ hành vi sai trái gây tổn hại nào mà không phạm vào giới luật. Ngược lại, khi ta nghiêm giữ đúng theo giới luật thì mọi hành nghiệp xấu ác của thân khẩu ý đều sẽ bắt đầu được kiềm chế, kiểm soát.

Chúng ta hoàn toàn có thể khởi đầu con đường tu tập với một sự hiểu biết kém cỏi hoặc với một tâm thức loạn động còn nhiều thói quen xấu, nhưng chúng ta không thể khởi đầu con đường tu tập với một nhận thức sai lệch về giới luật, xem thường việc giữ giới. Bởi vì sự hiểu biết kém cỏi của ta có thể được cải thiện dần trong quá trình tu học, cũng như những thói quen xấu đều có thể dần dần được thay đổi, chuyển hóa, nhưng tất cả những điều đó chỉ thực hiện được khi ta bắt đầu khép mình vào khuôn khổ của giới luật, sống đúng theo giới luật. Nếu không, ta không thể dựa vào đâu để dừng lại mọi hành nghiệp xấu ác và phát triển chánh kiến trên đường tu tập.

Tuy nhiên, cho dù giới luật có tầm quan trọng như thế, nhưng chỉ riêng việc giữ giới không thôi thì chưa đủ để giúp chúng ta tiến nhanh trên con đường giải thoát, mà thiết thực, gần gũi nhất là giảm nhẹ đi những phiền não, trói buộc trong cuộc sống hiện tại. Giới luật có thể ví như tấm áo giáp giúp bảo vệ ta trong chiến trường xung đột giữa thiện và ác. Nhờ tấm áo giáp này, ta sẽ chống lại được nhiều sự lôi cuốn, tổn hại từ những điều xấu ác. Nhưng người dũng sĩ ra trận không chỉ nhờ vào tấm áo giáp để thắng trận, mà còn cần đến vũ khí sắc bén cũng như sự dũng mãnh để có thể khuất phục quân địch. Cũng giống như vậy, chúng ta bước đi trên con đường tu tập, ngoài việc mặc vào tấm áo giáp giới luật là cực kỳ cần thiết, còn phải biết trang bị cho mình sức dũng mãnh là định lực kiên cố và vũ khí sắc bén là trí tuệ chân chánh, thì mới có thể chiến thắng, dứt trừ được mọi ác nghiệp.

Nguyên lý cơ bản của tiến trình tu tập này được thể hiện qua lời Phật dạy trong kinh Thủ Lăng Nghiêm (Đại Chánh Tạng, Tập 19, kinh số 945, trang 131, tờ c, dòng thứ 14):

"Nhờ có giới luật mà sinh ra định lực, nhờ có định lực

mà phát triển được trí tuệ.” (Nhân giới sanh định, nhân định phát tuệ. - 因戒生定因定發慧)

Như vậy, rõ ràng giới luật là bước khởi đầu nhưng không phải điểm dừng của tiến trình tu tập, mà kết quả của sự giữ giới là sẽ đạt được định lực kiên cố, và nhờ nơi định lực kiên cố đó mà phát triển trí tuệ chân chánh hướng đến giải thoát. Đây là một tiến trình tương quan tương hỗ, trong đó cả ba yếu tố đều có sự liên quan và tác động lẫn nhau, giúp nhau phát triển hoặc làm suy thoái lẫn nhau. Khi việc giữ giới được nghiêm cẩn, kiên trì, định lực sẽ ngày càng kiên cố hơn, trí tuệ nhờ đó cũng dần phát triển sáng suốt hơn. Ngược lại, khi hành giả xem thường giới luật, hủy phạm các giới đã thọ trì thì tâm ý không còn giữ được sự an định, định lực mất dần đi, trí tuệ cũng do đó không còn sáng suốt, ngày càng mê muội đi. Cho nên, người tu tập khởi đầu đi lên từ việc nghiêm cẩn giữ theo giới luật mà sự thối thất luôn khởi đầu từ việc hủy phạm giới luật.

Trên con đường tiến lên quả vị giải thoát, Giới, Định và Tuệ là ba bậc thang căn bản hình thành mà cũng là ba yếu tố xuyên suốt để tạo nên mọi thành quả tu tập. Nhờ có giới mà đạt được định lực, nhờ có định lực mà phát triển được trí tuệ. Lại nhờ có trí tuệ phát triển mà hiểu sâu hơn, đúng đắn hơn về giới luật, nên định lực đạt được lại càng thêm kiên cố; và định lực càng thêm kiên cố thì trí tuệ lại càng phát triển đến tầng bậc cao hơn, sáng suốt hơn nữa. Sự hỗ tương tích cực này sẽ liên tục lặp lại cho đến khi hành giả đạt được quả vị giải thoát.

Và tiến trình ngược lại cũng diễn ra trên căn bản của Giới, Định và Tuệ. Khi hành giả bắt đầu hủy phạm giới luật chính là lúc mà định lực bắt đầu suy yếu. Do định lực suy yếu nên trí tuệ cũng lu mờ dần, trở nên mê muội; và trí tuệ đã mê muội thì việc hủy phạm giới luật sẽ có điều kiện để tiếp tục ở mức độ nặng nề hơn, nghiêm trọng hơn nữa. Và cứ như thế mà bao nhiêu thành quả tu tập đều sẽ dần dần mất sạch, chẳng mấy chốc phải chìm đắm trở lại trong dòng sông phiền não mê muội. Hơn thế nữa, trong khi sự hướng thượng là vượt thắng mọi khó khăn thử thách để từng bước đi lên như người chinh phục đỉnh núi cao, thì quá trình suy thoái lại sẽ diễn ra hết sức dễ dàng nhanh chóng như người buông tay trên sườn núi, chắc chắn sẽ phải ngã lăn xuống dốc với tốc độ ngày càng nhanh hơn. Và kèm theo với quá trình suy thoái đó là vô số những tổn thương và đau khổ chắc chắn không thể nào tránh được. Sự tương đồng trong hình ảnh minh họa này còn có thể thấy được qua việc người leo lên núi dù có mệt nhọc đến đâu cũng vẫn giữ được thân thể luôn toàn vẹn, an lành, nhưng người đã ngã lăn xuống núi thì chắc chắn những tổn thương cho thân thể là không sao tránh được, nhẹ thì sây sát ngoài da, mà nặng thì có thể gãy chân, gãy tay cho đến nguy hiểm cả tính mạng.

Khi hiểu được rằng cả hai tiến trình thuận nghịch trên con đường tu tập đều khởi đầu từ việc nghiêm trì giới luật hay hủy phạm giới luật, chúng ta mới có thể ý thức được một cách đúng đắn và sâu sắc về ý nghĩa của việc giữ giới. Hành giả dù có tinh tấn, nhiệt thành đến mức nào đi chăng nữa, nếu không đặt căn bản tu tập trên nền tảng giới luật thì chắc chắn không bao lâu sự nhiệt thành, tinh tấn đó cũng sẽ tàn lụi, hoặc nguy hiểm hơn nữa là sẽ đưa hành giả đi vào con đường tà kiến, sai lệch. Ngược lại, những ai biết "lấy giới làm thầy" đúng như lời di huấn của đức Thế Tôn, thì cũng giống như người đi xa đã có sẵn bản đồ chỉ dẫn, cứ tiến dần từng bước mà không sợ lạc đường.

Nếu như giới luật là tấm áo giáp bảo vệ chúng ta khỏi những điều gây tổn hại đến thân tâm, thì định lực của sự tu tập chính là sức mạnh giúp ta khuất phục, vượt qua được mọi điều xấu ác. Nhờ có định lực, chúng ta sẽ có thể vững vàng trước sức tấn công của những nghịch duyên từ ngoại cảnh hay những sóng gió từ nội tâm, cũng như những tập khí xấu ác từ nhiều đời luôn xô đẩy ta vào con đường bất thiện. Định lực càng kiên cố thì sức đề kháng của ta càng mạnh mẽ, và khả năng vượt qua chướng ngại trên đường tu tập cũng càng được tăng thêm.

Mặt khác, nếu như định lực mang đến cho ta sức mạnh đề kháng thì trí tuệ lại chính là phương tiện hữu hiệu giúp ta dứt trừ tận gốc rễ của mọi điều xấu ác. Như lưỡi gươm sắc bén, trí tuệ chặt đứt mọi nguyên nhân dẫn đến các hành vi bất thiện cũng như đoạn trừ mọi nguyên nhân dẫn đến khổ đau. Với sức mạnh có được từ định lực và sử dụng vũ khí sắc bén là trí tuệ, người dũng sĩ hướng thiện nhất định sẽ chiến thắng và vượt lên trên con đường giải thoát.

Người xưa thường nói: "Đường xa muôn dặm khởi đầu từ một bước chân đi, lầu cao muôn trượng cũng khởi xây từ một viên gạch nhỏ." Và giới luật chính là viên gạch đầu tiên để chúng ta xây nên tòa nhà giải thoát, là bước chân đầu tiên chúng ta phải đặt lên trên con đường dài giác ngộ. Cho nên, dù chọn lựa tu tập theo bất kỳ pháp môn nào thì bước khởi đầu của tất cả chúng ta vẫn phải là sự nghiêm cẩn thọ trì giới luật. Đối với những ai đã thực sự bước vào con đường trì giới, chúng tôi xin thành thật chúc mừng người ấy; và đối với những ai vẫn còn chưa bắt đầu giữ giới thì xin hãy cân nhắc ngay việc phát tâm thọ trì giới luật kể từ hôm nay để không phải hối tiếc vì quá muộn. Hãy nhớ rằng, năm điều giới đối với người cư sĩ tại gia không phải là quá nhiều để ta phải e dè từ chối, nhưng lại chính là một hành trang quá đủ để ta có thể mang theo trên suốt chặng đường dài hướng đến sự giác ngộ và giải thoát.

Hy vọng rằng những chia sẻ trên đây sẽ mang lại ít nhiều lợi lạc cho người đọc.

Tuần đầu tháng 10 năm 2017

Tiến trình tu tập

Chúng ta đã bàn qua về giới, định và tuệ như một nguyên tắc phổ quát được áp dụng cho mọi phương thức tu tập trong Phật giáo, không phân biệt tông phái. Bởi cho dù hành giả có tu tập theo bất kỳ tông phái nào, cũng không thể đi ngược lại hay bỏ qua các yếu tố căn bản này. Hơn thế nữa, đây là những yếu tố xuyên suốt, hiện diện từ buổi đầu học Phật cho đến khi thành tựu viên mãn mọi pháp môn, với các tầng bậc, mức độ khác nhau mà thôi.

Tuy nhiên, ngoài việc nắm hiểu được nguyên tắc phổ quát đó để có thể chắc chắn không lầm đường lạc lối trong sự tu tập, chúng ta còn cần phải hiểu thêm một cách khái quát về các tiến trình từ cạn đến sâu, từ thấp đến cao của con đường tu tập, để không cảm thấy nản lòng khi chưa đạt được tiến bộ, và cũng không quá tự mãn khi chưa thực sự tiến xa. Như người xưa thường nói: “Biết người biết ta, trăm trận trăm thắng.” Người tu tập nếu không tự biết được về năng lực hoặc những thành tựu thực tế của chính mình, ắt sẽ dẫn đến những hành xử không thích hợp, hoặc là quá tự ti mặc cảm dẫn đến chán nản, hoặc quá phóng đại những gì đã đạt được dẫn đến tự cao tự đại. Những khuynh hướng như thế đều là sự chướng ngại cho con đường tu tập.

Một cách khái quát nhất, con đường tu tập của chúng ta thường phải trải qua những giai đoạn chính như sau đây.

Giai đoạn trước nhất là giai đoạn bước đầu tiếp cận với Phật pháp, phát khởi niềm tin. Đây là giai đoạn tìm hiểu, học hỏi và củng cố niềm tin, nên trong thực tế người học Phật tuy có nhận được phần nào lợi ích cũng không phải là lớn lắm. Thậm chí đối với một số người thì giai đoạn "học việc" này dường như có rất ít tiến triển trong sự chuyển hóa đời sống. Người học Phật trong giai đoạn này thường tìm hiểu lời Phật dạy qua lời giảng của các bậc thầy, hoặc tự mình đọc kinh, niệm Phật, ăn chay, đi chùa, sám hối... cũng như thực hiện nhiều nghi thức kính lễ khác bằng vào niềm tin vừa phát khởi của mình.

Do những hiểu biết về Phật pháp còn chưa sâu sắc, thói quen cũ còn nặng nề, nên phần lớn Phật tử trong giai đoạn này thường tu tập không thường xuyên mà phụ thuộc vào những giai kỳ nhất định. Chẳng hạn, có người bắt đầu tập thói quen đến chùa vào các ngày rằm, mồng một; có người ăn chay kỳ khoảng 4 hoặc 6, cho đến 10 ngày mỗi tháng; một số người khác có thể tham gia các khóa tu Bát quan trai giới mỗi tháng một, hai lần. Thường là trong hạn kỳ tu tập đó thì người Phật tử cố gắng để kiểm soát tự thân, kiềm chế các thói xấu, buông bỏ bớt những triền phược trong cuộc sống v.v... nhưng họ lại ít khi thực hành được gì nhiều trong những ngày còn lại. Chẳng hạn, có người vào ngày ăn chay hoặc đi chùa thì nỗ lực để cư xử ôn hòa hơn, nhẫn nhục nhiều hơn trước những va chạm với người khác v.v... nhưng khi qua ngày hôm đó rồi thì lại "chứng nào tật nấy", không thấy chuyển biến gì nhiều. Ngay cả những hiểu biết về Phật pháp như Bát chánh đạo, Tứ diệu đế... thì người Phật tử trong giai đoạn này cũng chỉ tiếp cận như một thứ lý thuyết giáo khoa, ít khi có được những cảm nhận hoặc ứng dụng thực sự trong đời sống.

Mặc dù theo những mô tả như trên thì sự lợi ích của việc tu tập chưa được nhiều, nhưng thật ra đây lại chính là giai đoạn "ươm mầm" cực kỳ quan trọng. Vì thế, nếu người tu tập hiểu được như vậy thì cho dù tự nhận biết những tiến triển chậm chạp của mình cũng sẽ không nản chí, mà trái lại càng phải nỗ lực tu tỉnh nhiều hơn. Mặc dù có không ít người thường dựa vào sự tiến triển chậm chạp của người Phật tử trong giai đoạn này để kích bác, chê bai, chẳng hạn như họ có thể công khai chế giễu những người đi chùa hoặc ăn chay, niệm Phật nhưng chưa bỏ được tánh khí nóng nảy, tham lam hoặc lười nhác... Những sự kích bác, chê bai như thế là hoàn toàn không hợp lý và không nên để tâm nhiều làm chướng ngại con đường tu tập.

Chúng tôi thường so sánh giai đoạn này với giai đoạn còn đi học của một học sinh. Chẳng hạn, học sinh được dạy những công thức toán học, và sau đó được yêu cầu giải những đề toán được cho sẵn trong sách giáo khoa. Hầu hết những nỗ lực trong giai đoạn này không mang lại lợi ích thiết thực nào ngoài việc đào luyện tri thức cho chính học sinh ấy. Tuy nhiên, đây lại chính là nền tảng căn bản để ngày sau ta mới có được những kỹ sư, kiến trúc sư, khoa học gia... thực sự đóng góp cho đời. Cũng vậy, người học Phật trong giai đoạn đầu tuy chưa thể ngay lập tức chuyển hóa chính mình hoặc mang đến lợi lạc cho người khác, nhưng thực tế là họ đang chuẩn bị cho mình những vốn liếng cần thiết cho những đóng góp, chuyển biến lớn lao sau này. Việc tụng kinh, niệm Phật, ăn chay, sám hối... của người Phật tử trong giai đoạn này dưới mắt nhìn của người khác thì có vẻ như chẳng mang lại được lợi ích thiết thực nào, nhưng trong thực tế lại âm thầm nuôi dưỡng những hạt giống từ bi, trí tuệ, nhẫn nhục... trong tâm thức, làm nền tảng cho mọi bước tiến về sau.

Nói một cách ngắn gọn, trong giai đoạn này thì môi trường tu tập và đời sống thực tiễn vẫn có vẻ như là hai cảnh giới hoàn toàn cách biệt. Người tu tập bước vào mỗi cảnh giới và hành xử theo thói quen từ nhiều đời của mình, cố gắng cho

phù hợp với môi trường chung quanh mà chưa có được nhiều sự tự chủ.

Giai đoạn tiếp theo được xác định khi người tu tập bắt đầu có được sự ứng dụng thực tế những điều học được từ Phật pháp vào đời sống của chính mình. Ranh giới giữa đời và đạo được thu hẹp dần, vì người tu tập ý thức được rằng việc tu tập không thể chỉ giới hạn trong khuôn viên ngôi chùa mình đến hoặc chỉ ngắn ngủi trong một ngày ăn chay. Thông qua việc ứng dụng những hiểu biết về Phật pháp của mình vào cuộc sống, người tu tập bắt đầu chuyển hóa dần những thói quen xấu, giảm nhẹ dần những trói buộc, khổ đau cho chính mình.

Trong giai đoạn này, nhờ có sự ứng dụng thực tế, người Phật tử ngày càng hiểu sâu sắc hơn những lời Phật dạy và cũng đồng thời có được khả năng tự điều chỉnh những nhận thức sai lệch của mình qua những hiểu biết có được từ thực tiễn. Đây chính là giai đoạn mà người tu tập cảm nhận được ngày càng nhiều hơn những lợi lạc từ Phật pháp, giúp thay đổi nhận thức tự thân cũng như cách suy nghĩ, hành xử trong cuộc sống. Mặc dù vậy, sự cọ xát thực tế giữa những lời dạy trong Kinh điển với đời sống muôn mặt cũng làm nảy sinh nhiều xung đột, rất khó khăn để có thể nhận hiểu một cách đúng đắn những lời Phật dạy và áp dụng trong muôn vàn những hoàn cảnh khác nhau. Người tu tập thường phải đứng trước những tình huống lựa chọn không dễ dàng, thậm chí đôi lúc có thể nản lòng vì không vượt qua được. Lấy một ví dụ đơn giản nhất như về giáo lý nhân quả, sự vận hành phức tạp và đa dạng của nhân quả trong đời sống thường làm cho người học Phật vấp phải nhiều khó khăn trong việc nhận hiểu đúng, bởi có nhiều lúc những gì họ thấy được dường như mâu thuẫn, đi ngược lại với nhân quả. Phải giải thích thế nào khi có những kẻ xấu ác luôn sống nhởn nhơ sung túc cho đến cuối đời, lại có không ít người hiền lương, tử tế lại liên tục gặp hết tai họa này đến tai họa khác, thậm chí có thể chết trong nghèo khó hoặc tủi nhục? Nếu chưa có được những cảm nhận thực sự từ nhân quả mà chỉ dựa vào những nguyên lý theo kiểu như toán học, người tu tập sẽ có lắm lúc không tránh khỏi rơi vào hoang mang, ngờ vực.

Hoặc lấy một ví dụ khác cũng có thể đã từng xảy ra với không ít người. Khi một con rắn bò vào nhà (nhất là những Phật tử ở vùng quê), cách hành xử thông thường là người ta sẽ tìm mọi cách để đánh chết ngay. Thế nhưng đối với người học Phật thì vừa là phạm giới sát, lại vừa là đi ngược với khuynh hướng từ bi, bình đẳng với chúng sinh. Và thế là mâu thuẫn nảy sinh, và có lắm khi người Phật tử cố gắng làm đúng lời dạy của Phật bằng cách xua đuổi rắn ra khỏi nhà, thì trong tâm lại dấy lên sự bất an vì lo lắng nó có thể quay vào một lúc nào đó để làm hại con cái hay những người thân của mình trong nhà...

Những xung đột, dằn vặt giữa đúng và sai, nên hay không nên, giữa đời và đạo... dường như chính là những thử thách khó vượt qua nhất của người tu tập. Giá như chỉ phải nghĩ đến lời Phật dạy vào những lúc ngồi tụng kinh niệm Phật trong chùa, và quên sạch đi vào những lúc sống lăn lộn giữa cuộc đời, thì có lẽ những xung đột như thế sẽ không xảy ra. Nhưng nếu tu tập Phật pháp theo cách đó thì sẽ chẳng mang lại được lợi ích gì cho bản thân và người khác cả.

Tuy vậy, một thực tế mà người tu tập cần biết để không nản lòng thối chí, đó là những thử thách dằn vặt như trên sẽ giúp người tu tập ngày càng trở nên sáng suốt hơn, hiểu biết về đạo Phật thực sự sâu sắc hơn. Và những hiểu biết đó mới là sự nhận thức đúng đắn, xác thật trong đời sống, chứ không chỉ là những lý thuyết đơn thuần như khi vừa tiếp cận qua lời kinh, tiếng kệ.

Phần lớn trong chúng ta sẽ dừng lại tu tập trong giai đoạn thứ hai này một thời gian rất lâu, và nếu có đủ sự nỗ lực cũng như những nhân duyên cần thiết như sự chỉ dạy của các bậc thầy, sự dẫn dắt của các bậc thiện hữu tri thức... thì một lúc nào đó chúng ta sẽ nhận ra được rằng mình đang bước sang một giai đoạn mới, giai đoạn thứ ba.

Giai đoạn thứ ba này được mô tả một cách ngắn gọn và khái quát qua câu: "Nhất thiết pháp giai thị Phật pháp." Bởi đó là lúc người tu tập dần dần nhận ra được rằng: Tất cả các pháp đều là Phật pháp. Phật pháp không chỉ nằm yên trong những trang kinh, trong những buổi giảng pháp hay những thời pháp đàm cùng thiện hữu tri thức. Phật pháp được biểu hiện bàng bạc và rộng khắp ở mọi nơi, trong cả những thuận duyên cũng như nghịch duyên từ cuộc sống. Đối với người tu tập vào lúc này, mỗi một điều quan sát được từ đời sống, mỗi một bất ổn nảy sinh, hoặc mỗi một sự kiện, biến cố xảy đến cho mình... đều trở thành những bài học Phật pháp, đều bộc lộ rõ tinh thần, ý nghĩa những lời dạy của đức Phật trong Kinh điển. Chẳng hạn, khi một người thân qua đời mà chúng ta tận mắt chứng kiến rồi tham dự tang lễ, đó sẽ là một bài học lớn về tính chất vô thường luôn rình rập trong cuộc sống. Không một trang sách, một bài giảng nào có thể nói lên được nhiều và rõ ràng về lý vô thường bằng một sự kiện như thế. Và trong thực tế, khi đã có được một nhận thức đầy đủ như trong giai đoạn này, thì ngay cả những mẩu chuyện vụn vặt hằng ngày có khi cũng trở thành những bài học sâu sắc, đầy ý nghĩa đạo vị.

Chúng ta sẽ không đề cập nhiều đến giai đoạn tiếp theo, bởi đối với hầu hết chúng ta thì đó còn là mục tiêu hướng đến hơn là một nỗ lực thực hành trong hiện tại. Đó chính là khi người tu tập có thể vận dụng sự tu tập của mình để chuyển hóa môi trường sống chung quanh, "biến nhân gian thành

Tịnh độ", như kệ ngôn số 98 trong kinh Pháp cú dạy rằng:

Làng mạc hay rừng núi,
Thung lũng hay đồi cao,
La Hán trú chỗ nào,
Đất ấy thật khả ái.

Qua cách nói ẩn dụ này, chúng ta cần hiểu rằng hết thảy mọi môi trường sống khác nhau, dù thuận hay nghịch, dù tốt hay xấu đối với những kẻ phàm phu như chúng ta, thì đối với vị chứng đạo trong giai đoạn này đều có thể biến nơi đó thành một môi trường sống an lành, hạnh phúc đối với họ.

Khái quát về bốn giai đoạn tu tập như trên cũng chỉ là một nỗ lực nhằm vạch ra những nét cơ bản nhất, giúp người mới tu tập dễ dàng xác định rõ được con đường đang đi và sẽ đi của mình để vững vàng thêm ý chí mà thôi. Tất nhiên, trong thực tế thì cảm nhận hay nhận thức của mỗi người có thể sẽ có nhiều khác biệt chi ly hơn nữa, và việc mô tả cho đầy đủ chắc chắn sẽ là điều không thể được. Tuy nhiên, với sự nhận hiểu căn bản và khái quát về tiến trình tu tập như thế, chúng ta sẽ có thể có được một nhận thức đúng đắn, thích hợp hơn về con đường tu tập của chính bản thân mình, cũng như qua đó xác định được mình thực sự đang ở vào giai đoạn nào để có thể có những nỗ lực thích hợp trong sự tu tập.

Mong sao những chia sẻ trên đây sẽ mang lại được ít nhiều lợi lạc cho mọi người.

Tuần thứ hai tháng 10 năm 2017

Thiên tai và nhân tai

Bão lũ đang hoành hành ở miền Trung Việt Nam, số người chết và mất tích ngày càng tăng cao, trong khi nhiều tàu thuyền bị trôi giạt ra khỏi nơi neo đậu hoặc bị nhấn chìm trong nước lũ. Nhiều người dân chỉ có thể sống sót nhờ leo lên trên nóc nhà, trong khi chung quanh họ là nước lũ mênh mông và chưa có dấu hiệu rút đi... Cường độ bão lũ được ghi nhận là đã vượt quá những đỉnh điểm từng có trong lịch sử.

Máu chảy ruột mềm, nhiều người dân ở các vùng không bị ảnh hưởng bão lũ đang rủ nhau quyên góp giúp đỡ đồng bào bị nạn. Những khuôn mặt hoạt động từ thiện quen thuộc đều đang tích cực tham gia cứu trợ. Thông qua các hoạt động dân sự này, tiền bạc và phẩm vật cứu trợ sẽ được chuyển trực tiếp đến người dân vùng lũ. Mặc dù vậy, rất nhiều người dân hiện đang ngần ngại đối với việc đóng góp vào các hoạt động cứu trợ chính thức của Nhà nước. Ca sỹ Ánh Tuyết, một người hoạt động từ thiện khá thường xuyên đã công khai phát biểu: *"Vì sao người ta tin cá nhân nhiều hơn? Nói thật là tôi đã chứng kiến rất nhiều cảnh là khi vào các hội thì một hồi rồi số tiền nó đi đâu mất gần như hết 90% nó đến người dân chỉ 10% thôi..."* Trước thực tế này, việc người dân lựa chọn đóng góp cho các nhà hoạt động từ thiện mà họ tin cậy cũng là điều dễ hiểu. Hiện tượng nổi bật nhất đã từng biểu hiện rõ khuynh hướng này là kết quả quyên góp của MC Phan Anh trước đây, chỉ trong hơn hai ngày đã nhận được 16 tỷ đồng Việt Nam từ sự đóng góp của nhiều người.

Vì sao thiên tai bão lũ có vẻ như ngày càng khắc nghiệt hơn? Vì sao chúng ta ngày càng tích lũy được nhiều kinh nghiệm phòng chống bão lũ hơn nhưng thiệt hại nhân mạng và tài sản vẫn không ngừng tăng cao trong các đợt bão lũ? Phải chăng tất cả đều là do thiên nhiên mang đến và nằm ngoài tầm kiểm soát của chúng ta?

Thực ra, bão lũ miền Trung là vấn đề thiên tai đã tồn tại từ nhiều thế kỷ qua do vị trí địa lý, nhưng những thiệt hại mà chúng ta đang gánh chịu hiện nay không chỉ hoàn toàn do thiên nhiên gây ra mà còn có phần đóng góp của những hành vi đi ngược tự nhiên của con người. Biểu hiện rõ nét nhất là việc xây dựng các hồ thủy điện để rồi hầu như phải tuân theo một "quy trình" là cứ mỗi khi mưa lũ lớn là phải "xả lũ cứu hồ" dẫn đến góp phần làm tăng nhanh lưu lượng nước lũ đến mức người dân không thể nào ứng phó kịp. Năm 2016, chủ tịch huyện Hương Sơn, nơi chịu ảnh hưởng xả lũ của thủy điện Hố Hô đã từng phát biểu: *"Xả lũ như Hố Hô, dân giữ được mạng là tốt lắm rồi."* Nhiều tranh cãi, phản kháng đã từng dấy lên trong công luận về việc này, nhưng chẳng thấy thay đổi gì. Đến nay thì "lịch sử đang lặp lại" khi Ông Lê Quang Vinh, Trưởng phòng Nông nghiệp huyện Hương Khê vào sáng ngày 10/10 vừa qua cho biết, hiện đã có 8 xã của huyện Hương Khê bị ngập lụt gây cô lập. Cụ thể là các xã: Phương Mỹ, Phương Điền, Hương Đô, Hương Giang, Hương Thủy... ... nước sông Ngàn Sâu vẫn đang dâng, trong khi thủy điện Hố Hô vẫn đang điều tiết xả sẽ tiếp tục gây ngập lụt diện rộng thêm.

Bằng vào sự kết hợp giữa tri thức khoa học và lòng tham, người ta đang tàn phá, hủy hoại môi trường tự nhiên để mang lại những nguồn lợi trước mắt nhỏ nhoi nhưng phải hứng chịu cơn thịnh nộ từ thiên nhiên với những thiệt hại khôn lường, trong đó có cả tính mạng con người. Nếu không có sự thức tỉnh và thay đổi thì điệp khúc *"mưa lũ đi đôi với thủy điện xả nước"* chắc chắn sẽ vẫn còn lặp lại thường xuyên với mức độ thiệt hại ngày càng nặng hơn.

Vì thế, nhìn từ góc độ nhân quả thì không có gì là *"tự nhiên xảy ra"* cả, mà đều có những nguyên nhân xa và gần của nó. Ngay ở những đất nước văn minh và giàu có như Hoa Kỳ, thì việc gánh chịu thiệt hại từ những cơn bão vừa qua như Irma, Harvey... cũng là điều không thể tránh được. Phải chăng những hành vi sai trái của con người đang mang lại tai họa cho chính mình và đồng loại? Thiên nhiên ngày nay không hề được vận hành tự nhiên như nhiều trăm năm trước, mà bất cứ nơi đâu cũng có những can thiệp thô bạo của con người, *từ những công trình xây dựng hủy hoại môi trường cho đến việc nuôi giết thịt hàng ngàn con vật trong mỗi nông trại đều là những việc trái tự nhiên, làm thay đổi nghiêm trọng môi sinh của toàn cầu*. Trong năm 2016, số gà bị giết thịt trên toàn thế giới được ước tính vào khoảng hơn 58 tỷ con, cùng với gần 3 tỷ con vịt, 1,4 tỷ con heo (lợn), 517 triệu con cừu, 430 triệu con dê, 296 triệu con bò... và nhiều loại gia súc gia cầm khác. Nhìn vào những con số này, phải chăng *mối quan hệ giữa giết hại và bị giết hại chưa hề được chúng ta thừa nhận*, nên con người vẫn đang tiếp tục hung hãn với môi trường và sinh mạng muôn loài khác trong tự nhiên, trong khi cũng đồng thời phải hứng chịu những thảm họa khốc liệt từ thiên nhiên như bão lũ, hạn hán, động đất, sóng thần, và nặng nề cũng như dai dẳng nhất vẫn là sự ô nhiễm môi trường đang ở mức gần như không thể dừng lại được nữa nếu không có sự quyết tâm.

Khi tôi sang Hoa Kỳ thấy họ kiểm tra khói xe trước khi cho phép lưu hành, mới cảm thương người dân Việt mỗi ngày đang hít vào không biết bao nhiêu là thứ khí thải độc hại liên tục xả vào môi trường. Trong sự khác biệt này, hoặc là người Mỹ chú tâm bảo vệ môi trường một cách thái quá, hoặc là ngược lại thì chúng ta đang quá vô tâm đối với chính môi trường sống của mình!

Thiên tai là điều không thể tránh. Tất nhiên là vậy. Nhưng tai họa do con người đang từng ngày tạo ra thì lại không thể đổ cho trời. Mỗi chúng ta phải chịu trách nhiệm với chính bản thân và đồng loại, và nếu nói một cách công bằng nghiêm túc hơn, ta cũng phải chịu trách nhiệm với cả muôn loài sinh vật khác đang cộng sinh với ta trên toàn cầu, mà rất nhiều trong số đó đang có nguy cơ tuyệt chủng vì sự tàn hoại môi trường của chúng ta.

Và nếu như chúng ta luôn muốn dành lấy đặc quyền sống trên hành tinh này trong khi vẫn liên tục tàn hại những sinh mạng khác, thì phải chăng ta cần có những "nhà lập pháp" đủ khả năng sửa đổi cả luật nhân quả nhằm chạy tội cho con người? Và nếu như điều đó là không thể, thì có lẽ ta cũng không thể than trách gì khi môi trường sống quanh ta ngày càng trở nên nguy hiểm và độc hại hơn, tính mạng con người ngày càng bị đe dọa nhiều hơn, bởi đó chính là những gì ta đã và đang gây ra cho cộng đồng sinh vật trên toàn cầu.

Trong tuần qua, tôi đến tham dự đám cưới một đứa cháu. Không nói gì với ban tổ chức về việc mình ăn chay, tôi ngồi cùng bàn với những người khác và nhâm nhi mấy hạt đậu phộng cùng lon nước ngọt. Trong thực đơn có món tôm càng xanh và tôi kinh ngạc khi lần đầu tiên tận mắt chứng kiến việc con người giết hại theo cách này. (Có lẽ tôi hơi lạc hậu vì đây vẫn là cách ăn uống quen thuộc của nhiều người.) Những người phục vụ mang tôm đựng trong một cái nồi và đặt trên bếp ga ngay giữa bàn, chưa bật lửa. Khi họ lấy mấy lon bia chặn lên nắp đậy của nồi, tôi mới hoảng hồn nhận ra đó là những con tôm vẫn còn đang sống, họ sợ chúng sẽ nhảy bung lên nên dùng lon bia chặn trên nắp nồi. Và cứ thế, họ bật lửa. Thật khủng khiếp, những con tôm phải chịu đựng nhiệt độ tăng dần trong nồi cho đến lúc chết đi! Họ nói rằng phải ăn cách này mới ngon vì đảm bảo tôm "còn tươi". Than ôi, con người khi phạm tội bị khép án tử hình còn phải chế ra những cách giết chết như ngồi ghế điện hoặc tiêm thuốc độc để họ chết không đau đớn, thế mà những con tôm không phạm bất cứ tội lỗi nào, lại phải hứng chịu một cái chết khủng khiếp đến như thế! Tôi thật không hình dung nổi sự tàn độc nhưng lại hết sức *"quen thuộc và bình thường"* như thế này, bởi ngày nay có vô số bàn tiệc người ta đều ăn uống "sành điệu" theo cách đó.

Con người có hai cảm xúc mạnh mẽ khó kiềm chế nhất là sợ hãi và oán hận. Khi bị dồn vào những hoàn cảnh nguy hiểm đến tính mạng thì hẳn là không còn nỗi sợ hãi nào lớn hơn. Khi vô cớ bị người khác gây tổn thương hoặc giết hại, cướp mất sự sống của mình thì hẳn là không còn nỗi oán hận nào lớn hơn. Nhưng chúng ta đang phớt lờ đi những nỗi sợ hãi và oán hận của muôn loài chỉ để thỏa mãn "một miếng ngon" trong miệng. Tôi ngồi nhìn vào cái nồi trên bếp lửa có những con tôm đang chết dần trong đó và hình dung nếu như sự sợ hãi và oán hận của chúng có thể nhìn thấy được như những đám mây đen, có lẽ cả bàn tiệc này sẽ bị vây phủ bởi thứ hắc khí u ám đó. Thế nhưng, những nỗi đau đớn, sợ hãi và oán hận đó không thể chỉ riêng có nơi con người, bởi vì sự quý tiếc sinh mạng là như nhau ở tất cả muôn loài. Vì thế, chúng ta không thể khiên cưỡng cho rằng mình có quyền cướp đi sinh mạng của loài khác bằng bất cứ cách thức nào mà không cần quan tâm đến sự đau đớn, nỗi sợ hãi hay oán hận của chúng. Nếu sự giết hại của ta đã đạt đến mức "điêu luyện" và thảm khốc như thế, thì cái viễn cảnh bị giết hại ngày sau liệu có thể nào sẽ diễn ra một cách êm ả được chăng? Nếu suy ngẫm đôi chút về sự thật này, có lẽ mỗi người chúng ta sẽ tự có được câu trả lời cho riêng mình.

Mong sao những chia sẻ trên đây có thể giúp giảm thiểu được đôi phần đau đớn cho muôn loài.

Tuần thứ ba tháng 10 năm 2017

Hình tượng xuất thế

Có vị Phật tử từng đặt câu hỏi với tôi, nếu thế gian này người người đều xuất gia tu hành thì ai sẽ lo những công việc sản xuất, xây dựng hoặc truyền nối giống nòi? Những thắc mắc đại loại như vậy có rất nhiều, chẳng những đối với việc xuất gia mà còn là đối với hầu hết những điều được khuyến tấn trong Phật giáo.

Chẳng hạn, có người hỏi rằng, nếu người đời ai cũng ăn chay, loài vật ắt sẽ tự nhiên sinh sản đầy khắp, chẳng phải một vấn nạn lớn đó sao? Hoặc là nguồn lợi thủy hải sản không còn được khai thác nữa, toàn thế giới sẽ có biết bao nhiêu người thất nghiệp, không có nguồn sống, điều ấy giải quyết thế nào? Chỉ cần nhìn gần thôi, vùng duyên hải nước ta có biết bao nhiêu làng chài, quanh năm đều sống nhờ đánh bắt tôm cá, từ bao đời qua đã từng như vậy. Nay nếu việc ăn chay được khuyến tấn, phát triển rộng khắp, thì những người dân làng chài ấy sẽ phải sinh sống thế nào?...

Trong thực tế, bất cứ sự thay đổi nào xảy ra trên phạm vi rộng khắp của toàn xã hội, dù là để hướng đến sự tốt đẹp hơn, cũng đều sẽ tạo ra ít nhiều những khó khăn, trở ngại ban đầu. Mặc dù vậy, nếu đó là một sự thay đổi để tốt hơn thì thời gian chắc chắn sẽ chứng minh điều đó. Còn nhớ khi mới ban hành lệnh bắt buộc đội nón bảo hiểm khi đi xe gắn máy, cũng có rất nhiều người chỉ trích cho là bất tiện. Trong nhận thức chung của xã hội lúc đó thì rất nhiều người chế nhạo, cười giễu người đội nón bảo hiểm là những cái “nồi cơm điện biết đi”. Mà cũng bất tiện thật, vì nón bảo hiểm khi ấy còn khá đắt tiền, để hớ hênh là bị trộm mất ngay. Nhưng các bãi giữ xe thì hầu hết không nhận giữ nón, có nơi nhận giữ thì thu thêm tiền. Thế là người đi xe máy đa số đều phải gửi xe rồi mang theo cả nón bảo hiểm vào văn phòng, vào nhà hàng ăn uống, vào cơ quan... đi đâu cũng phải kè kè cái "nồi cơm điện" cồng kềnh ấy theo bên mình. Rõ ràng lúc ấy cũng không ít người bực dọc với quy định mới này. Thế nhưng rồi thực tế thì tỷ lệ tử vong vì chấn thương đầu trong các vụ tai nạn được công bố là giảm xuống rõ rệt, người ta bắt đầu ý thức được sự an toàn của người đi xe là xứng đáng để chấp nhận những bất tiện khi dùng nón bảo hiểm.

Mặt khác, thực tế cũng dần dần thay đổi. Ngày nay thì nón bảo hiểm trở thành thứ vật dụng tầm thường, không mấy ai quan tâm đến việc bị mất trộm nữa. Người gửi xe cứ vô tư treo nón bên xe mà cũng chẳng mấy ai bị mất. Đội nón bảo hiểm trở thành thói quen, cứ lên xe mà không có nón bảo hiểm là thấy thiếu, không chịu được... Và nhờ vào thói quen mới này, rõ ràng là có rất nhiều sinh mạng đã được bảo vệ, rất nhiều cái chết thương tâm đã tránh được...

Chuyện rất nhỏ nhặt mà còn như thế, huống chi là những cải cách, thay đổi lớn lao trong xã hội? Thế nhưng, nếu là thay đổi tốt đẹp thì vẫn cứ phải thay đổi thôi. Khi mới áp dụng lệnh cấm đốt pháo, cũng có biết bao người phải chịu ảnh hưởng. Có những làng nghề chuyên sản xuất pháo, tất nhiên phải bỏ nghề đi làm việc khác. Tại các thành phố lớn như Sài Gòn, Hà Nội... không ít cơ sở kinh doanh xưa nay chuyên sống nhờ buôn bán pháo, tất nhiên cũng phải tự chuyển hướng làm ăn. Người dân thì mỗi dịp tết đến hoặc trong các lễ hội Trung thu, cưới hỏi... cũng thấy thiếu vắng khi không còn tiếng pháo vui tai vì đã quen thuộc với nó từ bao đời. Nhưng rồi mọi thứ cũng dần quen, và thực tế là xã hội đã bớt đi một khoản tiêu tốn vô bổ rất lớn, lại không còn những cái chết oan uổng vì cháy nổ như trước đây do pháo gây ra... Sự thay đổi này cũng được nhận thức là hợp lý và lợi lạc.

Cho nên, trong thực tế thì điều đáng lo lắng không phải là việc người người đều ăn chay hay xuất gia tu tập, mà phải nói rằng quả là hết sức đáng tiếc khi những điều lợi lạc như thế lại không được người người thực hiện. Lấy ví dụ như việc ăn chay, một khi hết thảy nhân loại đều nhận thức đúng về việc quý tiếc sinh mạng, tôn trọng sự sống của muôn loài và thực hành ăn chay, thì cho dù có bất kỳ sự khó khăn bất tiện nào nảy sinh, chắc chắn đó cũng chỉ là một hiện tượng nhất thời, mà lợi ích lâu dài cho bản thân chúng ta và môi trường thì lại là điều không thể phủ nhận.

Hơn thế nữa, chỉ cần suy ngẫm một chút chúng ta cũng sẽ dễ dàng nhận ra được rằng tổ tiên loài người khi chưa biết sử dụng đến lửa vốn đã tồn tại hoàn toàn nhờ vào nguồn thức ăn thực vật, bởi nếu không có các hình thức chế biến như nấu nướng chiên xào... thì con người vốn dĩ không thể nào tiêu hóa được các món thịt động vật. Ngay cả như trong thế giới ngày nay, cứ hình dung một người nào đó bị nhốt vào căn phòng với bầy gà hay con heo, thì cho dù anh ta có đói đến lả người cũng chẳng thể nào ăn thịt các con vật ấy theo cách như loài hổ, báo vẫn thường làm. Như vậy, điều mà những người có thiện tâm đang hướng đến (khuyến tấn mọi người ăn chay) chẳng qua cũng chỉ là sự quay trở về với bản chất tự nhiên của nhân loại chứ không thực sự là thay đổi mới hay cải cách gì đáng kể. Tiếc thay, do đã tập thành thói quen ăn thịt động vật từ quá lâu, nên việc từ bỏ của nhân loại rõ ràng không còn là một việc dễ dàng được nữa. Cũng tương tự như một người đã nghiện thuốc lá trong mấy chục năm trời, nay muốn cho anh ta chỉ một ngày dứt bỏ thì e rằng rất khó.

Nhưng tuy là rất khó, người ấy cũng chỉ nên nỗ lực để

làm cho bằng được, chứ không thể quay sang biện bạch cho thói quen xấu của mình bằng cách bày tỏ sự lo lắng cho các nhà máy sản xuất thuốc lá phải đóng cửa hay các nhà buôn thuốc lá phải gặp khó khăn vì sự bỏ thuốc lá của mình cùng với nhiều người khác (!).

Đối với việc xuất gia tu tập lại là chuyện phức tạp hơn nữa. Thế giới này vốn đã được trong Kinh điển gọi là Dục giới, nghĩa là được sản sinh, tồn tại chủ yếu dựa trên dục vọng. Người xuất gia lại trước hết là phải đoạn dục, rõ ràng là muốn đoạn dứt sự hiện hữu của thế giới này, bởi trong nhận thức xuất thế của họ thì thế gian này vốn chỉ là huyễn cảnh tạm bợ, không thể là nơi cứu cánh lâu dài.

Thế nên, đem cái nhận thức của phàm phu thế tục mà lo lắng cho sự truyền nối giống nòi, lo lắng cho sự tồn vong kế tục của thế gian Dục giới này thì quả thật là kẻ đang "lo bò trắng răng". Đạo Phật nhìn thế giới như sự phản chiếu, phát lộ của tâm thức. Với tâm thức của những người còn tràn đầy dục vọng, chỉ có thể sống được nhờ vào năng lượng dục tình, thì làm sao có thể hình dung ra một cảnh giới vô dục? Nhưng nếu thật có một cảnh giới vô dục, thì sự hiện hữu hay truyền nối ở đó làm gì còn phải cần đến dục tình? Đừng nói đến cảnh giới của người xuất gia chân chánh hướng đến là "xuất Tam giới gia", chỉ ngay trong Tam giới này, khi đề cập đến hai cõi Sắc giới và Vô sắc giới thì đã không có mấy người thực sự hình dung được. Vậy thì cần chi phải sớm khởi tâm lo lắng về một thế giới chỉ có toàn người xuất gia?

Trong dòng lịch sử hơn 25 thế kỷ qua, Phật giáo đã từng có những nơi, những lúc được người người tôn kính ngưỡng mộ, số người xuất gia trong những giai đoạn ấy quả thật có gia tăng đáng kể, nhưng trong thực tế vẫn chỉ là một thiểu số trong toàn bộ dân số. Việc hình dung ra một thế giới mà tất cả mọi người đều xuất gia, chẳng phải là hoàn toàn không tưởng khi xét đến tâm tánh đầy dục vọng của loài người đó sao? Mặc dù vậy, ngay cả khi điều không tưởng ấy do một nhân duyên thù thắng bất khả tư nghị nào đó mà có thể trở thành sự thật, chắc chắn sự thay đổi tâm thức của con người (không còn dục vọng) cũng sẽ dẫn đến sự hiện hữu của một cảnh giới thích hợp hơn mà không phải là cõi Dục giới này nữa.

Vũ trụ quan trong Kinh điển của đức Phật là vô cùng sâu rộng và cho đến nay vẫn được thừa nhận là hoàn toàn phù hợp với những hiểu biết của khoa học hiện đại. Mặc dù con người vẫn chưa từng tìm ra sự sống trong các thế giới khác, hành tinh khác như rất nhiều mô tả trong Kinh điển, nhưng không một nhà khoa học nghiêm túc nào có thể phủ nhận điều đó. Ngược lại, trong thời hiện đại này, con người thực sự đã chấp nhận tiêu tốn những khoản tiền khổng lồ chỉ để thăm dò tìm kiếm trong vũ trụ một nơi nào khác có sự sống mà đến nay chúng ta còn chưa biết. Và nếu đã như vậy, vì sao chúng ta lại giới hạn sự hiện hữu của thế giới chỉ trong hình thái quen thuộc đối với ta mà không chấp nhận những hình thái khác biệt hơn có thể có?

Quay lại với những thắc mắc đại loại như đã nêu ở đầu bài viết này, thật ra vấn đề quan trọng không phải là đi tìm câu trả lời hay giải thích cặn kẽ về chúng, mà điều đúng đắn hơn là mỗi người cần tỉnh táo nhận thức xem những thắc mắc, nghi vấn theo kiểu ấy có thực sự mang lại được chút lợi ích nào chăng? Thay vì lo lắng về một viễn cảnh "người người đều ăn chay" hay "người người đều xuất gia", hãy đặt những câu hỏi thiết thực và gần gũi hơn về lợi ích thực sự của việc ăn chay đối với chính bản thân mình, cũng như những tác hại mà ngày nay đã có quá nhiều nhà khoa học đề cập đến của việc ăn thịt, hoặc về lợi ích của sự hành trì giới luật hay thiểu dục tri túc, đều là những phẩm tánh cao quý của hạnh xuất gia mà người cư sĩ tại gia vẫn có thể tự mình cảm nhận hay trải nghiệm một phần.

Mặt khác, một người Hoa Kỳ mô tả về văn hóa Việt hay một người Việt mô tả về văn hóa Mỹ thông qua sách vở, đều phải có những hạn chế nhất định và không thể nào thực sự cảm nhận hay trải nghiệm được những điều tinh tế. Chỉ khi nào tự mình được sống một thời gian trong môi trường văn hóa mà mình muốn tìm hiểu thì may ra mới có thể cảm nhận được ít nhiều những gì mà người bản xứ thực sự trải nghiệm. Cũng vậy, người tại gia muốn hiểu được niềm vui hay cảm nhận của bậc xuất gia thì chỉ có một cách duy nhất là phải tự mình trải nghiệm qua một thời gian nhất định. Ngày nay rất nhiều chùa tổ chức các khóa tu một ngày thọ Bát quan trai giới, chính là cơ hội rất tốt để những cư sĩ tại gia có thể trải nghiệm đôi chút về đời sống xuất gia. Tất nhiên, cũng chỉ là đi tìm sự tương đồng để tạm hiểu được một phần rất nhỏ mà thôi, không thể sánh với cảm nhận của bậc xuất gia chân chánh đã qua nhiều năm hành trì giới hạnh.

Những người ngoài cuộc thường khi bàn tán về một chủ đề mà mình không thực sự trải nghiệm thì chỉ có thể là hý luận vô bổ mà thôi, không thể nhận hiểu được. Ngay cả khi có may mắn được người khác giải thích cặn kẽ cho nghe thì đa phần vẫn là không hiểu được. Một người bạn tôi vừa rồi mua vé máy bay đưa cả gia đình từ California sang Canada chỉ để tham dự một khóa tu thiền mười ngày. Những người chưa từng tham gia các khóa tu tập này hẳn không thể hiểu được vì sao có rất nhiều người sẵn sàng bỏ cả công ăn việc làm, chịu tốn kém tiền bạc, công sức, chỉ để đến đến dự một khóa thiền mà trong đó họ được hướng dẫn không làm gì khác hơn là... ngồi yên. Để hiểu được niềm vui và sự lợi lạc mà một khóa thiền như vậy mang lại, chỉ có một cách duy nhất là phải tự mình tham gia, tự mình trải qua. Nếu không thì mọi sự bàn luận, thắc mắc hay tranh cãi chung quy cũng chỉ là vô bổ mà thôi.

Cũng vậy, đời sống xuất gia chân chánh sẽ mãi mãi vẫn là ẩn số đối với những ai chưa từng tiếp cận hay tự mình trải nghiệm hạnh xuất gia. Họ sẽ không bao giờ có thể hiểu được vì sao một bậc xuất gia chân chánh có thể dễ dàng buông bỏ mọi tài sản thế gian, mọi dục vọng tầm thường mà bất cứ người thế tục nào cũng sẵn sàng theo đuổi. Niềm hạnh phúc, sự an vui chân thật mà một người xuất gia có thể đạt được ngay trong đời sống này chỉ có tự thân vị ấy hiểu được trọn vẹn, còn người khác chỉ có thể suy diễn hay cảm nhận một phần nhỏ nào thông qua tự trải nghiệm mà thôi. Vì thế, thay vì nêu lên những thắc mắc vô bổ, tốt hơn mỗi người chúng ta nên quay về quán sát chính tự thân mình để thấy được những dục vọng tầm thường, những buộc ràng thế tục nó đã và đang gây đau khổ cho chúng ta như thế nào. Từ nhận thức tự thân đó, cho dù chưa thể sống đời xuất gia, chúng ta cũng có thể bắt đầu nhận ra phương hướng cho cuộc đời mình, để biết hướng tâm về những điều cao thượng, ngày càng giảm đi những tham lam, sân hận và si mê trong cuộc sống.

Mong sao những chia sẻ trên đây có thể mang lại ít nhiều lợi lạc cho người đọc.

Tuần cuối tháng 10 năm 2017

Niệm thân bất cầu vô bệnh

Gần đây có một Phật tử ở Boston đề nghị tôi chia sẻ về Mười điều tâm niệm, vốn rất quen thuộc với nhiều Phật tử Việt Nam qua bản dịch của Hòa thượng Thích Trí Quang. Sự giảng giải về Mười điều tâm niệm này vốn đã có khá nhiều, nhưng phần lớn dường như được nhìn từ góc độ của quý tăng ni xuất gia nhiều hơn là từ sự tu tập hằng ngày của người cư sĩ tại gia. Ngay chính bản dịch của Hòa thượng Trí Quang cũng được trích ra từ *"Sa-di và Sa-di ni giới"*. Từ nhận thức này, cộng với việc muốn đóng góp thêm một vài chỉnh sửa nhỏ cho các bản dịch đang lưu hành, nên kể từ lá thư tuần này, chúng tôi sẽ bắt đầu đề cập đến Mười điều tâm niệm.

Trước hết là về xuất xứ của bản văn. Mặc dầu Hòa thượng Trí Quang trong bản dịch của mình đã ghi rất chính xác về xuất xứ của bản văn là trích từ *Bảo Vương Tam-muội Niệm Phật Trực Chỉ*, nhưng trong nhiều bản trích dẫn khác hiện nay thường có sự nhầm lẫn ghi là *Luận Bảo Vương Tam-muội*. Thật ra, *Niệm Phật Tam-muội Bảo Vương Luận* (念佛三昧寶王論) là một tác phẩm khác và hoàn toàn không liên quan gì đến mười điều tâm niệm chúng ta đang bàn đến. Tác phẩm này là của Sa-môn Phi Tích soạn vào đời Đường, gồm 3 quyển, được xếp vào Tập 47, kinh số 1967, bắt đầu từ trang 134 trong Đại Chánh Tân Tu Đại Tạng Kinh, trong khi *Bảo Vương Tam-muội Niệm Phật Trực Chỉ* (寶王三昧念佛直指) là tác phẩm của ngài Diệu Hiệp biên soạn, gồm 2 quyển, được xếp vào Tập 47, kinh số 1974, bắt đầu từ trang 354 trong Đại Chánh Tân Tu Đại Tạng Kinh. Phần được trích dẫn bắt đầu từ trang 373, thuộc phẩm thứ 17 trong tác phẩm.

Như vậy, phần xuất xứ nếu ghi Luận Bảo Vương Tam-muội là hoàn toàn sai lệch, vì nó chỉ đến một tác phẩm mà người đọc không thể nào tìm ra nội dung này. Sai lầm này có thể xuất phát từ những cụm từ trùng hợp là "Niệm Phật" và "Bảo Vương Tam-muội" trong tên gọi của hai tác phẩm khác nhau này. Tuy nhiên, ta có thể lưu ý tác phẩm trích dẫn đúng không có chữ "Luận" mà ghi đầy đủ là Bảo Vương Tam-muội Niệm Phật Trực Chỉ.

Tiếp theo là về tên gọi "Mười điều tâm niệm". Chúng ta cần ghi nhận rằng tên gọi này được Hòa thượng Thích Trí Quang sáng tạo khi chuyển dịch, để thích hợp với ý nghĩa vận dụng, thực hành. Trong nguyên tác Hán ngữ, mười điều này được gọi là *Thập đại ngại hạnh* (十大礙行) (Hạnh tu tập với mười chướng ngại lớn) hay *Thập bất cầu hạnh* (十不求行) (Hạnh tu tập với mười điều không mong cầu). Khi đổi tên gọi này thành *Mười điều tâm niệm*, Hòa thượng đã hàm ý khuyên người đọc nên xem đây như những điều cần ghi nhớ trong lòng, thường xuyên áp dụng trong ứng xử mỗi ngày, hay nói theo cách thông thường hơn là phải luôn "tâm tâm niệm niệm" không lúc nào quên.

Điều tâm niệm thứ nhất, trong nguyên tác là *"Niệm thân bất cầu vô bệnh"* (一 念身不求無病) và được giải thích là *"Thân vô bệnh tắc tham dục nãi sinh."* (身無病則貪欲乃生 。) Tạm dịch: *"Nghĩ đến thân thể chẳng cầu không bệnh tật, vì không bệnh tật thì tham dục khởi sinh."*

Bản dịch cũ viết là: *"Nghĩ đến thân thể thì đừng cầu không bệnh khổ, vì không bệnh khổ thì dục vọng dễ sinh."*

Ở đây, "bệnh" được xem là "khổ" nên chữ bệnh được dịch thành bệnh khổ, và phần giải thích cho rằng trong điều kiện không có bệnh thì "dục vọng dễ sinh". Tuy nhiên, ý nghĩa trong nguyên tác có chút khác biệt là muốn nhấn mạnh ở đây tính tương quan tất yếu của hai điều kiện: Một khi không bệnh tật sẽ dẫn đến tham dục khởi sinh. Cho nên chúng ta hiểu rằng: Không chỉ là dễ dàng khởi sinh, mà là tất yếu sẽ khởi sinh, bởi câu văn muốn nói rằng điều kiện này sẽ dẫn đến điều kiện kia.

Khi nói đến tham dục, nhiều người trong chúng ta thường nghĩ ngay đến những khao khát, dục vọng nghiêng hẳn về tội lỗi. Thật ra, chúng ta có thể sử dụng những từ ngữ gần gũi hơn, quen thuộc hơn nhưng vẫn không đi ngoài ý nghĩa của tham dục, chẳng hạn như muốn hay ham muốn. Và khi hiểu tham dục theo nghĩa như thế, ta mới dễ dàng nhận ra được ý nghĩa sâu xa và chính xác của điều tâm niệm thứ nhất này: *"Nghĩ đến thân thể chẳng cầu không bệnh tật, vì không bệnh tật thì tham dục khởi sinh."*

Trong điều kiện bình thường và theo khuynh hướng thông thường nhất, khi thân không bệnh tật thì rất ít người trong chúng ta chịu "ngồi yên vô sự". Điều này đơn giản chỉ vì trong tâm thức ta luôn sẵn chứa vô số những tập khí đã huân tập từ xa xưa hay ngay trong kiếp sống này, và chúng sẵn sàng trỗi dậy bất cứ lúc nào có cơ hội. Chẳng thế mà ngạn ngữ có câu: *"Nhàn cư vi bất thiện."* Ở mức độ nhẹ nhàng nhất, lúc rãnh rỗi và thân không bệnh thì lập tức trong lòng ta sẽ khởi sinh ngay một ý "muốn" nhất định nào đó: muốn đi dạo chơi, muốn nấu ăn, muốn nghe nhạc, muốn tán gẫu... Và ở mức độ nguy hiểm hơn nhưng có thể đúng với đa số hiện nay là muốn... nhậu. Nói thật dễ hiểu thì tất cả những cái "muốn" đó đều là tham dục, và "thân không bệnh khổ" chính là điều kiện để chúng khởi sinh. Có đến 90% (hoặc nhiều hơn nữa) những cái muốn như thế không đưa đến cho ta bất kỳ lợi lạc chân thật nào, mà hầu hết sẽ mang đến bất ổn hoặc gây chướng ngại cho con đường tu tập.

Mặc dù vậy, "chẳng cầu không bệnh tật" không có nghĩa

là ta nên mong cầu bệnh tật để hạn chế tham dục. Hiểu như thế sẽ rơi vào một cực đoan khác của vấn đề. Tất cả chúng ta đều không ai thực sự muốn có một thân thể bệnh tật, và trong thực tế thì bệnh tật cũng là một chướng duyên cho sự tu tập, bởi thân không an thì tâm cũng khó an. Bởi vậy, chúng ta nên hiểu ý nghĩa của điều tâm niệm này là sẵn sàng chấp nhận bệnh tật với tâm an nhiên tự tại, và do đó mà chẳng mong cầu cũng không tránh né.

Vì sao lại *"chẳng cầu không bệnh tật"*? Trước hết và hiểu theo nghĩa đơn giản nhất là vì dù có mong cầu cũng không thể nhờ đó mà được không bệnh tật. Mong cầu đã không được, ngược lại phải vướng vào nỗi khổ "cầu bất đắc", đó là quy luật tự nhiên. Giống như việc người khôn ngoan chẳng ai mua một tấm vé số khi biết chắc chẳng bao giờ trúng. Cũng vậy, mong cầu chắc chắn đã không thể được lại ôm lấy nỗi khổ khi không toại nguyện, chẳng bằng là gạt bỏ đi sự mong cầu ấy. Cho nên, *"nghĩ đến thân thể chẳng cầu không bệnh tật"* trước hết là một cách hành xử khôn ngoan và thực tế.

Nhưng ý nghĩa của điều tâm niệm này còn sâu xa hơn thế nữa. Một trong những ý nghĩa đó là sự cảnh giác đối với tham dục. Dù chẳng mong cầu, nhưng trong đời sống này rõ ràng luôn phải có những lúc ta được "không tật bệnh". Và những lúc ấy, ta cần luôn ghi nhớ rằng đó chính là điều kiện để tham dục khởi sinh. Thân thể càng sung mãn thì dục vọng càng nhiều. Dục vọng càng nhiều thì khả năng bị lôi cuốn vào con đường tội lỗi cũng sẽ càng lớn hơn. Cho nên, dù chỉ là những ham muốn nhỏ nhoi tưởng như vô hại, cho đến những khao khát mạnh mẽ không sao cưỡng lại được, thì phần lớn chúng cũng đều được khởi sinh trong điều kiện "thân không bệnh tật". Một người đang cơn sốt nóng hoặc thân thể đau nhức khó chịu thì mọi ham muốn bình thường đều nguội lạnh, tiêu tan. Khi được khỏe khoắn trong người, mọi cơ quan đều vận hành tốt đẹp, sung mãn, thì tham dục sẽ tức thời khởi sinh và thôi thúc ta phải làm việc này, việc khác... (và thường là những việc không mấy tốt đẹp). Khi luôn ghi nhớ điều tâm niệm này, ta biết chắc được những lúc tham dục khởi sinh nên sẽ có sự đề phòng đối trị.

Ý nghĩa sâu xa thứ hai là sự nhận thức đúng thật về thực tại. Bệnh tật là trạng thái tất yếu phát sinh trong quá trình tồn tại của cơ thể. Một nhà sản xuất xe hơi thì luôn phải có xưởng sửa chữa, bảo trì cho sản phẩm của mình. Máy móc còn tất yếu phải hao mòn, hư hỏng, huống chi thân bằng xương thịt này của chúng ta vốn luôn tích chứa trong nó vô số mầm bệnh? Do đó, việc tránh né sự thật này không mang lại điều gì lợi ích cả, mà thái độ tốt nhất, nhận thức đúng nhất vẫn là phải chấp nhận sự thật ấy. Khi chấp nhận bệnh tật như một điều tất yếu phải đến, dù không biết chắc vào lúc nào, ta sẽ sẵn sàng đón nhận khi sự việc xảy ra và đối trị theo cách tốt nhất trong khả năng của mình, thay vì thái độ than thân trách phận hay oán hờn số phận...

Trong thực tế, bệnh tật không chỉ quật ngã chúng ta về thể chất, mà trong hầu hết trường hợp nó mang đến cho ta nỗi khổ tinh thần khi so sánh với những người khác đang khỏe mạnh cũng như khi nhớ lại những lúc ta không có bệnh. Tâm trạng u ám, buồn khổ của người bệnh không thực sự do căn bệnh gây ra theo ý nghĩa vật lý, mà là một kiểu phản ứng tâm lý do người bệnh không hài lòng, không chấp nhận với thực trạng đang xảy đến cho mình. Vì thế, chúng tôi không cho rằng "bệnh" là "khổ" như trong bản dịch cũ, mà xác định rõ ràng rằng cái "khổ" ấy thường được mang đến khi thân bệnh, nhưng chủ yếu là do nơi thái độ "không chấp nhận" của người bệnh chứ không phải một điều tất nhiên. Và thực hành điều tâm niệm thứ nhất này chính là phương cách tốt nhất để chúng ta không phải khổ mỗi khi có bệnh. Khi chấp nhận bệnh tật như một điều tất yếu của cuộc sống, ta sẽ không còn mang tâm trạng cho đó là một sự "bất toàn" hay "rủi ro" chỉ xảy đến cho ta chứ không phải người khác. Sự thật thì tâm lý sẵn sàng chấp nhận này sẽ giúp ta có một sức đề kháng tốt hơn với bất kỳ căn bệnh nào.

"Nghĩ đến thân thể chẳng cầu không bệnh tật" là thái độ an nhiên tự tại, làm chủ thân thể trong ý nghĩa dù rơi vào bất kỳ hoàn cảnh nào cũng luôn tự chủ được. Mặc dù thái độ ấy không thể giúp ta vượt qua những tác động vật lý của căn bệnh như đau nhức, nóng sốt... nhưng nó giúp ta làm chủ được tâm trạng của mình trong những hoàn cảnh ấy.

Ý nghĩa thứ ba của điều tâm niệm này là sự vận dụng ngay chính trạng thái bệnh tật như một phương tiện để tu tập. Trong nguyên tác Hán văn đề cập đến hai phương tiện tu tập chính yếu của người tu tập khi có bệnh.

Một là *"thức bệnh nhân duyên, tri bệnh tánh không"* (識病因緣知病性空), tạm dịch: *"Thấu hiểu được nhân duyên của bệnh nên biết rằng tánh thật của bệnh vốn là không."* Cái "không" của bệnh được đề cập ở đây cũng không khác với cái "không" của vạn pháp, bởi đều do nhân duyên giả hợp mà thành, không hề có tự tánh tự sinh tự tồn. Mặc dù vậy, hành giả quán chiếu được tánh không này chính là nhờ thân đang có bệnh. Từ những cảm xúc (đau đớn, khó chịu...) do căn bệnh tạo ra, hành giả có thể quán chiếu sâu xa để thấy được tất cả đều chỉ là do nhân duyên giả hợp mà thành, từ đó thấu triệt được tánh không của bệnh, mà cũng chính là tánh không của vạn pháp.

Hai là *"dĩ bệnh khổ vi lương dược"* (以病苦為良藥), tạm dịch: *"Lấy bệnh khổ làm phương thuốc hay."* Vì sao lại là phương thuốc hay? Thứ nhất, đó là thuốc hay để trị tham dục. Như đã đề cập trên, thân thể sung mãn tráng kiện thì tham dục khởi sinh, nên khi có bệnh thì tham dục dẫu không dứt trừ cũng tự nhiên tiêu tán. Trong lúc tâm trừ được tham dục (nhờ có bệnh), hành giả nếu biết quán chiếu sẽ thấy được những lợi lạc của sự không tham muốn, có thể giúp ta thoát khỏi nhiều sự trói buộc thôi thúc. Kết quả quán chiếu này có được ban đầu chính nhờ thân có bệnh. Vì thế nên cho rằng bệnh tật lúc đó là phương thuốc hay.

Mặt khác, khi thân có bệnh thì mọi ảo tưởng về một cuộc đời tươi trẻ hoàn hảo sẽ không còn nữa. Hành giả khi ấy sẽ dễ dàng nhận ra được những bản chất thực tế của đời sống để xuất phát từ đó mà tu tập chứ không còn dựa trên những ảo tưởng không thật. Từ sự quán chiếu những cảm giác đau đớn khó chịu do căn bệnh gây ra, hành giả sẽ thấy ra được tính chất vô thường của hết thảy muôn pháp, trong đó có cả sự giả tạm của thân thể này cùng với sự mong manh của đời sống "thở ra không hẹn thở vào". Tất cả những kết quả quán chiếu đó có thể đưa hành giả đến sự giác ngộ về chân lý cuộc đời, mà duyên khởi ban đầu chính là nhờ thân có bệnh. Vì thế nên cho rằng bệnh tật là phương thuốc hay.

Kinh Duy-ma-cật dạy rằng: *"Do tất cả chúng sinh bệnh nên Bồ Tát có bệnh."* Khi thân có bệnh là điều kiện tốt nhất để người tu tập nhận hiểu và cảm thông với bệnh khổ của tất cả chúng sinh. Nhờ đó, sự tu tập tâm từ bi trở nên dễ dàng hơn, hiệu quả hơn. Một người nếu chưa bao giờ mắc bệnh, dù có học nhiều hiểu rộng đến đâu cũng không thực sự hiểu được những cảm giác đau đớn khó chịu của những người có bệnh. Vì thế, người tu tập có thể xem bệnh tật là cơ hội để giúp mình cảm nhận và cảm thông được với những khổ đau của người khác. Khi có được sự cảm thông này rồi thì tâm từ bi mới có thể thực sự được sinh khởi và phát triển. Chính vì thế nên cho rằng bệnh tật là phương thuốc hay đối với người tu tập.

Thực hành điều tâm niệm thứ nhất: *“Nghĩ đến thân thể chẳng cầu không bệnh tật”* sẽ giúp ta không chỉ đối trị được với một trong bốn nỗi khổ lớn của đời người (sinh lão bệnh tử), mà còn chính là bước khởi đầu thiết thực để nhận thức đúng thật về thực tại đời sống, hướng đến một cuộc sống an nhiên tự tại trong mọi nghịch cảnh của cuộc đời. Sự thực hành như thế rõ ràng không chỉ dành riêng cho đời sống của người xuất gia, mà bất kỳ ai trong chúng ta cũng đều nên suy ngẫm, áp dụng vào cuộc sống của chính mình.

Tuần đầu tháng 11 năm 2017

Xử thế bất cầu vô nan

Hôm nay, chúng ta sẽ tiếp tục đề cập đến điều tâm niệm thứ hai, trong nguyên tác Hán văn chép điều này là "Xử thế bất cầu vô nan" (處世不求無難) và được giải thích là: "Thế vô nan tắc kiêu xa tất khởi." (世無難則驕奢必起). Hòa thượng Trí Quang ghép cả hai ý này để dịch trọn thành một câu là: "Ở đời đừng cầu không khó khăn, vì không khó khăn thì kiêu xa nổi dậy."

Trong chữ Hán, hai ý nghĩa *nan* (khó khăn) và *nạn* (tai nạn, hoạn nạn) đều được diễn đạt bằng cùng một chữ 難 và có thể đọc là *nan* hay *nạn* đều được. Vì thế, trong câu này chúng ta cũng có thể hiểu cụm từ *"vô nan"* theo cả hai ý nghĩa, hoặc là không có khó khăn, hoặc là không có hoạn nạn.

Người Anh có câu ngạn ngữ: *"Life is not a bed of roses."* - Cuộc sống không phải bao giờ cũng dễ dàng. Đó là một thực tế. Dù là con người ở phương Đông hay phương Tây, dù là cách đây hàng ngàn năm hay ngay trong thời hiện đại này, chúng ta vẫn luôn phải đối diện với thực tế ấy. Vì thế, việc mong cầu cho cuộc sống này không gặp khó khăn hay không bao giờ trải qua hoạn nạn, chắc chắn chỉ là một mong ước hão huyền và không bao giờ có thể trở thành sự thật. Điều tâm niệm thứ hai khuyên ta: *"Ở đời chẳng cầu không gặp khó khăn"*, và như thế rõ ràng đây là một quan điểm hết sức thực tế.

Điều hết sức hiển nhiên là bất kỳ ai trong chúng ta cũng đều phải chấp nhận đối diện với khó khăn trong từng giai đoạn khác nhau của cuộc đời mình, nên tâm lý sẵn sàng chấp nhận, không tránh né bao giờ cũng giúp ta có được ưu thế của người chủ động, thay vì để cho hoàn cảnh đẩy ta vào tư thế của người luôn phải giải quyết hậu quả của những chuyện đã rồi.

Nếu chưa tin vào điều này, quý vị có thể nhìn lại chính cuộc đời mình. Ngay cả trong giai đoạn êm ả nhất của đời người là thuở ấu thơ, liệu chúng ta có khi nào được sống một thời gian nào đó thực sự không gặp bất kỳ khó khăn nào chăng? Nếu quý vị cũng giống như tôi và bao nhiêu người khác, câu trả lời chắc chắn sẽ là không. Ngay cả những bài học đầu đời cũng đòi hỏi chúng ta rất nhiều nỗ lực để vượt qua. Hãy nhìn các em bé lần đầu tiên được đưa đến trường mẫu giáo. Đối với các em, thật không dễ dàng chút nào khi phải bắt đầu làm quen với một môi trường mới. Nhiều em bộc lộ rõ sự sợ hãi, hốt hoảng; một số em khác cố sức bày tỏ sự phản đối. Nhưng điều tất nhiên là chúng ta vẫn phải buộc các em chấp nhận môi trường mới, vì ta biết chắc những khó khăn đó rồi sẽ được các em vượt qua. Tuy nhiên, cần nhắc lại điều này để thấy rằng, ngay từ những giai đoạn đầu tiên đến với cuộc đời thì con đường duy nhất để trưởng thành của mỗi chúng ta đều là phải vượt qua khó khăn. Mà khó khăn thì luôn hiện hữu trong mọi giai đoạn của cuộc đời. Hay nói khác đi, đó là điều kiện tất yếu để mỗi chúng ta có thể thực sự trưởng thành.

Tôi nhớ những ngày đầu mới học bơi. Thật khủng khiếp và đầy thách thức, đến nỗi nhiều hôm tôi đã nghĩ đến chuyện bỏ cuộc. Cảm giác hãi hùng những lúc hụp xuống nước và sặc liên tục làm tôi hoàn toàn mất bình tĩnh, trong khi cố quẫy đạp thế nào thân thể cũng chẳng chịu nổi lên... Nhưng rồi cuối cùng tôi cũng có thể bơi được, dù không giỏi lắm. Điều tất nhiên là khi nhớ lại bất kỳ giai đoạn nào trong cuộc đời, đều có những khó khăn nhất định mà ta đã từng vượt qua. Đối với người khác, có thể đó chỉ là những điều vụn vặt không đáng nói - như chuyện học bơi của tôi chẳng hạn - nhưng đối với chính bản thân ta thì mỗi một lần vượt qua khó khăn như thế đều là một kỳ tích khó quên. Và sự trưởng thành của mỗi chúng ta đều là sự nối dài và lặp lại của vô số những kỳ tích như thế.

Nhìn từ góc độ này, những khó khăn mà chúng ta phải vượt qua trong cuộc sống không chỉ là điều đương nhiên phải chấp nhận, mà còn là điều kiện tất yếu để giúp ta trưởng thành, phát triển mọi kỹ năng của mình.

Như vậy, chúng ta đã thấy được rằng khó khăn chướng ngại là cần thiết để rèn luyện và học hỏi trong cuộc sống. Nhưng tất nhiên không phải lúc nào ta cũng phải sống trong khó khăn, chướng ngại. Vậy những khi không có khó khăn chướng ngại trong cuộc đời thì sao? Bản Hán văn nói rằng, những lúc ấy thì *"kiêu xa tất khởi"* (驕奢必起), nghĩa là sự kiêu căng tự mãn và xa hoa phung phí tất yếu sẽ sinh khởi.

Kiêu căng tự mãn là vì thấy rằng mọi việc đều dễ dàng đối với mình, từ đó khởi tâm cho rằng mình tài giỏi hơn người khác - những người đang phải vật lộn với khó khăn chướng ngại. Xa hoa phung phí vì khi sự mưu sinh dễ dàng thì người ta không biết quý tiếc, trân trọng đối với những giá trị vật chất mình đang có. Sự khởi sinh những tâm lý này dường như là tất nhiên trong hoàn cảnh mà cuộc sống luôn xuôi chèo mát mái và chúng ta liên tục dễ dàng gặt hái từ thành công này đến thành công khác. Đây cũng chính là nguyên nhân hư hỏng của vô số những *"cô chiêu cậu ấm"* được lớn lên trong sự nuông chiều thái quá của các gia đình giàu có, quyền thế. Thật đáng buồn là chính vì thế mà thay vì tận dụng được *"lợi thế hơn người"* ngay từ lúc mới bước vào đời, thì những đứa con được nuông chiều này lại trở thành những gánh nặng cho xã hội vì sự hư hỏng của chúng. Trong trường hợp hoàn cảnh gia đình sa sút, suy sụp, thì chúng thực sự không đủ khả năng để tự mình vươn lên trong cuộc sống cạnh tranh công bằng, và vì thế thường có một kết cục không mấy tốt đẹp.

Mặc dù có phần chắc chắn là chưa hề tiếp cận với những ý nghĩa này trong mười điều tâm niệm, nhưng dường như hầu hết những người khôn ngoan giàu có đều đã hành xử theo cách cho thấy họ hiểu rất rõ điều này. Tỷ phú Bernard Marcus nói: *"Một trong những điều tồi tệ nhất mà cha mẹ làm với con cái là cho chúng quá nhiều thứ, đến nỗi chúng không có cơ hội để thành công hay thất bại bằng chính năng lực của mình."* Đồng quan điểm này, tỷ phú Bill Gates nói: *"Tôi nghĩ rằng tôi không nên để lại nhiều tiền cho con cái. Điều đó sẽ không tốt cho chúng và cả xã hội."* Và không chỉ nói suông, ông đã thực hiện điều đó bằng việc hiến tặng phần lớn khối tài sản của mình cho các hoạt động từ thiện xã hội thay vì giữ lại cho con cái mình. Hơn nữa, ông còn nhắc lại lời một tỷ phú khác, ông Warren Buffett, mà ông thừa nhận là phù hợp với suy nghĩ của ông. Warren Buffett đã viết câu này trong một bài báo vào năm 1986: *"Tôi nghĩ rằng để lại cho những người trẻ tuổi một khối tài sản khổng lồ không phải là điều tốt."*

Hầu hết chúng ta đang làm điều ngược lại khi muốn "ủ ấm" con cái mình để tránh cho chúng hết thảy mọi khó khăn trong cuộc sống. Từ những ý nghĩa học được trong điều tâm niệm này, chúng ta rất cần phải thay đổi quan điểm trong việc giáo dục con cái.

Một trong những đức tính quý báu nhất của con người là tính khiêm cung, luôn biết tôn trọng người khác. Khi sự kiêu căng tự mãn khởi sinh thì nó giết chết đi đức tính này trong ta. Thay vì tôn trọng người khác, ta sẽ luôn nghĩ mình là tài giỏi và người khác là kém cỏi hơn mình. Điều này không giúp ta thực sự trở nên cao quý hơn bất kỳ ai, mà ngược lại nó biến ta thành kẻ hợm hĩnh, khoe khoang và đánh mất đi khả năng hòa nhập, gần gũi với mọi người quanh ta. Nguy cơ này chắc chắn sẽ giảm đi rất nhiều đối với những ai thường xuyên phải đối mặt với nhiều khó khăn trong cuộc sống.

Mặt khác, xa hoa phung phí là một hệ quả khác cũng không kém phần nguy hiểm đối với một đời sống dễ duôi, trôi chảy. Do không nhận thức được những khó khăn của người phải tự làm ra của cải vật chất, những kẻ sống trong môi trường thuận lợi về vật chất của cải thường rất dễ rơi vào khuynh hướng tiêu pha phung phí, chạy theo nếp sống xa hoa với sự tốn kém tiền bạc nhiều khi hoàn toàn vô nghĩa. Điều này không hẳn là vô hại như nhiều người vẫn tưởng, vì thật ra nó biểu hiện rõ tính ích kỷ, không biết quan tâm đến người khác, cụ thể là những người không được may mắn như mình. Nhiều hình ảnh minh họa rõ nét có thể dễ dàng tìm thấy trong giới showbiz hiện nay. Với tiền bạc kiếm được một cách dễ dàng từ công chúng, họ sử dụng theo những cách mà người bình thường khó lòng tưởng tượng nổi. Chỉ cần vào Google gõ bốn chữ "túi xách tiền tỷ", chúng ta sẽ ngỡ ngàng khi thấy những người sở hữu chúng không phải các doanh nhân thành đạt mà chỉ toàn là các ngôi sao showbiz. Và để có thể hình dung cụ thể, chỉ riêng một chiếc túi xách của họ đã trị giá đến 2,5 tỷ đồng Việt Nam - một số tiền có thể làm được hàng khối việc giúp nâng cao đời sống của biết bao người nghèo khó. Nhưng không chỉ riêng một người, rất nhiều "sao" không chịu thua kém nhau về khoản xa hoa này. Trong một bức ảnh, người ta nhìn thấy cả bốn "sao" chụp chung với 4 chiếc túi trị giá khoảng 10 tỷ đồng Việt Nam, và dường như điều này không nói lên được ý nghĩa gì tốt đẹp xét trong bối cảnh đất nước còn rất nhiều người khó khăn nghèo túng...

Trái ngược với sự xa hoa phung phí vô nghĩa đó là cuộc sống hết sức đơn giản của tỷ phú Warren Buffett, người sở hữu khối tài sản kếch xù nhưng lại sống hết sức khiêm tốn. Ông thậm chí chỉ dùng chiếc điện thoại đời cũ, miễn là có đủ các chức năng nghe và gọi...

Điều tất nhiên là chúng ta cũng không mong muốn cuộc sống của mình đầy những khó khăn bất trắc chỉ để giúp hạn chế các thói xấu kiêu xa, nhưng nhận thức được đầy đủ những ý nghĩa như trên là điều rất quan trọng giúp ta biết cách sống có ý nghĩa hơn, biết quan tâm đến mọi người quanh ta cũng như sẵn sàng chấp nhận bất kỳ khó khăn nghịch cảnh nào xảy đến, nỗ lực vượt qua để vươn lên mà không xem đó là những bất hạnh đáng nguyền rủa của riêng cuộc đời mình.

Tuy nhiên, những khó khăn theo cách vừa đề cập như trên chỉ nằm trong giới hạn của những "bài tập rèn luyện" mà bất cứ ai trong chúng ta cũng đều đã từng trải qua. Nhưng đường đời không chỉ là như thế! Có những khó khăn giúp ta tăng thêm nghị lực, ý chí, nhưng cũng có những khó khăn dường như đủ nặng nề đến mức sẵn sàng quật ngã ta. Một hóa đơn cuối tháng chưa kịp thanh toán tuy khiến ta bận lòng đôi chút nhưng có rất nhiều cách để xoay xở vượt qua, trong khi một thất bại đẩy ta đến bờ vực phá sản thì không chỉ đơn giản như thế. Trong thực tế, không ít người đã từng gục ngã hoặc chạy trốn trước những khó khăn nặng nề xảy đến cho mình, khi họ cảm thấy dường như không còn cách nào để vượt qua hay chống đỡ. Thậm chí rất nhiều người đã phải tìm đến cái chết như một giải pháp cuối cùng trong cơn tuyệt vọng.

Đối với những gian nan hoạn nạn ở mức độ đó, chúng ta không thể chỉ tự khích lệ mình nỗ lực là đủ, mà cần đến một nhận thức sâu sắc hơn về bản chất đời sống mới có thể vượt qua được. Nguyên bản Hán văn của tác phẩm cung cấp cho

ta một nhận thức như thế dựa trên những lời dạy từ Kinh điển. Ngài Diệu Hiệp đã viết: *"Liễu nan cảnh giới, thể nan bản vọng, nan diệc hề thương?"* (了難境界, 體難本妄, 難亦奚傷) Tạm dịch: *"Thấu rõ được cảnh giới hoạn nạn, biết rõ bản thể nó vốn chỉ là hư vọng, thì hoạn nạn ấy làm sao thương tổn được đến ta?"*

Để tránh đi sâu vào những luận giải siêu hình có thể gây khó khăn cho một số độc giả, ở đây chúng tôi sẽ cố gắng giải thích quan điểm này theo cách đơn giản nhất. Hãy tưởng tượng, quý vị có một cơn ác mộng khủng khiếp, trong đó có thể là gia sản tiêu tan vì hỏa hoạn, những người thân yêu nhất đều chết đi... và quý vị đang bất lực đứng nhìn mọi việc xảy ra mà không thể làm gì để cứu vãn... Tất nhiên, tâm trạng hãi hùng, đau khổ khi đang trong giấc mơ ấy vẫn là rất thật đối với quý vị, cho dù đó chỉ là một giấc mơ. Và sở dĩ như thế chỉ đơn giản là vì ngay trong thời điểm ấy quý vị hoàn toàn không biết là mình đang mơ. Thế rồi, đột nhiên chuông đồng hồ báo thức reo vang giúp quý vị bừng tỉnh thoát ra khỏi cơn ác mộng. Thế là tâm trạng hãi hùng đau đớn kia cũng lập tức chấm dứt. Có thể quý vị sẽ thở ra một hơi dài nhẹ nhõm trong lòng: *"Ồ may quá, chỉ là một giấc mơ."*

Trong thực tế, đời sống này của chúng ta cũng chỉ là một giấc mơ kéo dài không hơn không kém. Tất cả những gì đã xảy đến cho ta cách đây năm năm, mười năm hay lâu hơn nữa, giờ nhìn lại cũng chỉ còn là những ký ức không khác gì trong một giấc mơ. Và kết quả cuối cùng thì sao? Không ai trong chúng ta có thể mang theo được những gì mình yêu thích hay trân quý sau khi đã nhắm mắt xuôi tay lìa bỏ cuộc đời này, có khác nào như khi ta ra khỏi một giấc mơ?

Một số người có thể biện luận rằng, giấc mơ chỉ là... giấc mơ, còn những gì xảy ra trong cuộc sống đang thực sự ảnh hưởng đến cuộc sống của ta và mọi người quanh ta. Chúng ta không phủ nhận điều đó, nhưng ảnh hưởng như thế nào? Mọi cảm xúc buồn, vui, khổ đau hay hạnh phúc thực ra đều do chính ta làm chủ, nhưng đã từ lâu ta quên đi - hay đã đánh mất đi - quyền chủ động của mình, và từ đó ta khóc, cười, buồn, vui... theo với những gì mà cuộc sống mang đến cho ta. Ta trở thành con rối của ngoại cảnh mà không còn nhận ra được rằng cuộc sống này là của chính ta, rằng ta được quyền tận hưởng những phút giây đẹp nhất trong đời sống mà không nhất thiết phải phụ thuộc vào những giá trị vật chất mà ta có được hay không có được. Điều này giải thích vì sao có những người có thể sống an vui tự tại ngay trong nghịch cảnh, trong khi những người khác chỉ nghĩ đến hoàn cảnh tương tự như thế thôi cũng đã đủ để quên ăn bỏ ngủ...

Đức Phật dạy rằng tất cả các hiện tượng, sự việc xảy ra trong cuộc đời này đều chỉ là sự giả hợp của các nhân duyên. Khi nhân duyên hội tụ, ta nhìn thấy sự việc xảy ra, hiện hữu. Khi nhân duyên tan rã, mọi thứ đều không tồn tại. Vì thế, khi quán chiếu sâu vào bản chất của mọi sự vật, sự việc trong đời sống, ta thấy ra một điều là tất cả đều vô thường, giả hợp và không hề có một tự tánh tự tồn hay bản thể vĩnh hằng. Chính nhận thức đúng thật này sẽ giúp chúng ta có khả năng đối diện với bất kỳ nghịch cảnh nào mà không thể dễ dàng bị quật ngã về mặt tinh thần.

Có một câu chuyện thường được kể về một nhà thông thái, khi được đức vua yêu cầu dạy cho một triết lý cao siêu nhất đã trả lời vỏn vẹn chỉ một câu: *"Việc gì rồi cũng sẽ qua đi."* Hơn hai mươi năm sau, nhà vua tìm đến nhà thông thái ấy để hết lời cảm ơn về triết lý cao siêu nhưng đơn giản này, bởi nhờ nó mà ngài đã vượt qua không biết bao nhiêu sóng gió khó khăn trong việc điều hành đất nước. Mỗi khi đối diện với bất kỳ khó khăn nghịch cảnh nào, ngài luôn nhớ lại: *"Việc gì rồi cũng sẽ qua đi."* Và câu thần chú ấy đã chính xác trong mọi trường hợp. Người Mỹ thường nói: *"Everything will be okay."* Phải chăng triết lý trong câu này cũng tương tự như thế?

Vì thế, điều tâm niệm thứ hai này dạy ta nhìn sâu vào cảnh giới, thực trạng của bất kỳ nghịch cảnh, bất kỳ hoạn nạn nào, để thấy rằng bản chất của nó là hư vọng, bởi luôn luôn chỉ là sự giả hợp của các nhân duyên và không thể trường tồn. Khi nhận thức rõ được bản chất hư vọng đó thì cho dù ta có vượt qua được hay không cũng không còn là vấn đề khiến ta phải khổ đau thương tổn. Tất nhiên, từ một góc nhìn thực tiễn hơn trong cuộc sống thì có đến 99,9% các trường hợp nghịch cảnh đều có thể vượt qua, hay theo cách nói vui hiện nay thường được sử dụng là chúng "không ảnh hưởng gì đến hòa bình thế giới". Và ngay cả trong trường hợp hiếm hoi mà ta gặp phải những nghịch cảnh không thể vượt qua, thì hãy nhớ rằng việc chấp nhận nó trong một tâm trạng lạc quan cũng chính là một cách để vượt qua, bởi "việc gì rồi cũng sẽ qua đi". Một cô gái chỉ vừa 25 tuổi đang tràn đầy sức sống, có học thức và đang là hướng dẫn viên du lịch, bất ngờ bị một tai nạn cướp đi cả hai chân, trở thành một người tàn tật. Quý vị sẽ hình dung thế nào về một nghịch cảnh như thế? Tất nhiên, không một ý chí hay nhận thức nào có thể giúp đưa cô trở lại thành một người bình thường như trước, nhưng việc kiên cường chấp nhận hoàn cảnh đã là một giải pháp giúp cô gái vượt qua khó khăn nghịch cảnh ấy. Trong thực tế, nhiều năm sau cô đã trở thành người sáng lập và là Giám đốc Thư viện sách nói dành cho người mù đầu tiên ở Việt Nam. Vâng, đó là một câu chuyện hoàn toàn có thật, và cô gái ấy là Nguyễn Hướng Dương, bằng tâm nguyện và ý chí của mình đã vượt qua nghịch cảnh để mang tri thức đến cho hơn 2 triệu người mù trên toàn quốc, vận động học bổng giúp 192 sinh viên khiếm thị theo học đại học, trong số đó 136 em đã tốt nghiệp, 11 em đậu văn bằng hai và 4 em đậu thạc sĩ. Và theo lời thừa nhận của Hướng Dương, chính Phật pháp đã mang đến cho cô những nhận thức đúng thật về cuộc đời và nhờ đó giúp cô đủ sức để vượt qua nghịch cảnh.

Cho nên, nhìn từ góc độ như một triết lý sống, điều tâm niệm thứ hai này chẳng những giúp chúng ta vượt qua mọi bất ổn thường xuyên trong cuộc sống, mà còn có thể được vận dụng để đối diện với ngay cả những khó khăn hoạn nạn kinh hoàng nhất của đời người. Một triết lý sống tuyệt vời như thế, điều tất nhiên là không phải chỉ dành riêng cho những bậc xuất gia, mà trong thực tế có vẻ như cần được ứng dụng nhiều hơn bởi tất cả những người thế tục, đang phải mỗi ngày đối diện với rất nhiều những khó khăn đủ loại trong cuộc sống.

Chúng ta sẽ tiếp tục bàn đến những nội dung còn lại của Mười điều tâm niệm trong các phần tiếp theo. Mong sao những chia sẻ trên đây có thể mang lại ít nhiều lợi lạc cho người đọc.

Tuần thứ hai tháng 11 năm 2017

Cứu tâm bất cầu vô chướng

Chủ đề chia sẻ của lá thư tuần này là điều tâm niệm thứ ba trong Mười điều tâm niệm được trích từ sách Bảo Vương Tam-muội Niệm Phật Trực Chỉ (寶王三昧念佛直指). Đó là: "Cứu tâm bất cầu vô chướng" (究心不求無障), được nguyên tác giải thích là: "Tâm vô chướng tất sở học liệp đẳng" (心無障則 所學躐等). Hòa thượng Trí Quang gồm chung hai ý này (ở hai đoạn văn khác nhau) để dịch trọn vẹn thành một câu là: *"Cứu xét tâm tánh thì đừng cầu không khúc mắc, vì không khúc mắc thì sở học không thấu triệt."*

Động từ *"cứu"* (究) ở đây mang nghĩa là *"tìm tòi, tìm kiếm"*, do đó hai chữ *"cứu tâm"* (究心) nghĩa là *"tìm kiếm trong tâm"*, và tâm ở đây không phải tâm nào khác mà là tâm của chính mình. Thuật ngữ Phật học quen thuộc hơn có thể được dùng thay cho *"cứu tâm"* trong trường hợp này là *"quán tâm"*, bởi *"cứu tâm"* không phải gì khác hơn mà chính là *"quán xét tâm ý của chính mình"*, hay nói đơn giản hơn là quán xét tự tâm.

Chướng (障) hàm nghĩa chướng ngại, tức là những gì khó khăn, vướng mắc, ngăn cản chúng ta đạt đến mục đích của mình. Mục đích của "cứu tâm" hay quán xét tự tâm là để thấu hiểu những gì đang diễn ra trong tâm ta, từ đó dần dần đạt đến sự thấu hiểu và thể nhập vào bản thể thanh tịnh tuyệt đối xưa nay vốn có của tự tâm, tức là chứng đắc các quả vị giải thoát.

Hai chữ *liệp đẳng* (躐等) mang nghĩa *"vượt cấp, vượt*

bậc", tức là bỏ qua một số tầng bậc vốn có trên một lộ trình nào đó, chẳng hạn như một học sinh từ lớp 10 vượt bậc lên lớp 12, bỏ qua không học lớp 11... Trong bối cảnh tu tập mà nói, một người tu học bỏ qua các tầng bậc thông thường theo ý nghĩa trong câu này không có nghĩa là vị ấy có đủ năng lực chứng ngộ thực sự, mà là do vị ấy nhận thức sai về chỗ thực chứng hay năng lực của chính mình, cũng giống như trường hợp một học sinh lớp 10 nhảy thẳng lên lớp 12 chỉ vì ngộ nhận năng lực thực sự của bản thân thì kết quả chắc chắn là không thể đủ sức hoàn thành tốt chương trình học của lớp 12.

Do những ngữ nghĩa như trên, chúng ta có thể chuyển dịch điều tâm niệm thứ ba này là: *"Quán xét tự tâm chẳng cầu không chướng ngại, vì tâm không chướng ngại thì chỗ học không có thực chứng."*

Thật ra, lời khuyên này nói lên một thực tế của đa số những người học Phật, đó là sự vội vàng hấp tấp hay quá nôn nóng trên lộ trình tu tập, luôn muốn sao cho có thể nhanh chóng đạt đến những thành tựu mong muốn. Do sự nôn nóng hấp tấp này mà những gì nhận hiểu được đôi khi không phải là sự thực chứng, chỉ là kết quả tưởng tượng của một tâm thức vọng cầu. Trong trường hợp này, lộ trình tu tập của hành giả có vẻ như được rút ngắn rất nhiều và hành giả tự cảm thấy mình đã tiến rất xa trên đường tu tập, nhưng trong thực tế đó lại là một sự bỏ qua những trình tự tu chứng cần thiết (liệp đẳng), do đó mà những gì họ đạt được không phải là một sự thực chứng.

Việc quán xét tự tâm vừa là bước khởi đầu của tất cả những người học Phật, vừa là lộ trình xuyên suốt cho cả một đời tu. Không ai có thể bước vào con đường tu tập theo Phật pháp mà không bắt đầu bằng việc quán xét tâm ý của chính mình, cũng như không ai có thể đạt đến một giai đoạn tu tập nào đó trong cuộc đời mà không còn cần đến sự quán xét tâm ý. Nói cách khác, cho dù là đối với hàng phàm phu sơ cơ học đạo hay các vị đại sư đã trải qua nhiều năm tu tập hành trì, thì việc quán xét tự tâm vẫn luôn là một điều thiết yếu phải được duy trì.

Từ góc độ hành xử trong đời sống thế tục, Khổng tử cũng từng khuyên các môn đồ của mình *"tiên trách kỷ"* (trước tiên hãy tự trách lỗi mình), mà muốn biết lỗi mình để tự trách thì không thể không có việc quán xét tự tâm. Nếu bản thân ta là một người nóng nảy, nhiều sân hận, hiếm khi có người nói cho ta biết điều đó, và cho dù có người nói thì ta cũng khó lòng chấp nhận. Vì thế, để thực sự biết được mình là người đang có những thói hư tật xấu nào, cách tốt nhất vẫn là phải quay về quán xét tự tâm. Người thường xuyên quán xét tự tâm thì tự biết được những chỗ lỗi lầm, khiếm khuyết của bản thân, và đó chính là tiền đề tất yếu để tiến bước trên con đường hoàn thiện chính mình.

Việc quán xét tự tâm thường gặp phải những khó khăn chướng ngại, không đơn giản như khi ta quan sát một đối tượng khách quan bên ngoài. Khó khăn chướng ngại trước tiên là những định kiến và tập khí lâu đời đã ăn sâu trong tâm thức của chính ta. Lấy ví dụ, nếu bản thân ta là người được nhiều người kính trọng, ngợi khen, việc quán xét tự tâm và phát hiện mình có một ý tưởng nhỏ nhen ích kỷ nào đó chẳng hạn, chắc chắn sẽ gặp phải sự phản kháng từ chính trong nội tâm: "Không có lý nào, mình là người luôn được mọi người kính trọng, ngợi khen; có lẽ nào lại có những ý tưởng nhỏ nhen ích kỷ thế này?" Và ngay khi đó chắc chắn sẽ có hàng loạt lý do được ta đưa ra trong một cuộc độc thoại nội tâm để hợp lý hóa và biện minh cho lập luận "ta không hề có sự nhỏ nhen ích kỷ". Không cần giải thích nhiều cũng có thể thấy ngay rằng sự phản kháng nội tâm như thế là một chướng ngại ngăn cản ta tiếp tục truy tìm đến tận nguyên nhân phát sinh của ý tưởng nhỏ nhen ích kỷ kia, bởi vì nó thôi thúc ta bỏ qua đi và chấp nhận định kiến sẵn có rằng ta là một con người cao quý, đáng kính trọng, không thể có thói xấu như thế...

Để có thể thực sự tiến lên trên đường tu tập, ta nhất định phải vượt qua những khó khăn chướng ngại đại loại như thế. Trong trường hợp này, nếu ta vượt qua được sự phản kháng của định kiến để tiếp tục quán xét sâu hơn, kỹ hơn, ta sẽ thấy được đến tận những ngóc ngách sâu kín, vi tế trong tâm thức mình, nơi những thói hư tập xấu đang ẩn chứa và chờ dịp khởi sinh. Thấu triệt được như thế, ta mới có thể dứt trừ đến tận gốc rễ của thói hư tật xấu hay những tư tưởng si mê tà kiến, khiến cho chúng không còn cơ hội phát sinh trở lại trong tâm ta.

Hãy thử hình dung điều ngược lại là chúng ta đầu hàng trước những phản kháng từ nội tâm khi quán chiếu và chấp nhận rằng một ý tưởng sai trái hay nhỏ nhen nào đó đã khởi sinh trong tâm thức ta là "hoàn toàn hợp lý" và không cần thiết phải bận tâm, thì điều tất yếu xảy ra sau đó là ta sẽ lặp lại chính những ý tưởng sai trái hoặc nhỏ nhen này một hay nhiều lần khác trong tương lai.

Và trong trường hợp tồi tệ hơn, nếu ta không nhận ra bất kỳ sự phản kháng nào của những định kiến hay tập khí lâu đời trong tâm thức, thì đó chính là dấu hiệu của một sự quán xét tự tâm chưa đủ sâu rộng, và do đó đã bỏ qua không phát hiện được những ý tưởng sai lầm hay thói hư tật xấu được tích lũy và ẩn chứa trong tâm ta. Không phát hiện được chúng thì người học dễ rơi vào ảo tưởng rằng mình đã vượt qua hay chế ngự được chúng. Đây chính là ý nghĩa của lời cảnh báo: *"Tâm không chướng ngại thì chỗ học không có thực chứng."*

Và một khi những gì ta học được không có sự thực chứng, thì chắc chắn đó chỉ là những lý thuyết suông chưa có sự trải nghiệm. Do thiếu sự trải nghiệm tự thân, người tu tập sẽ dễ dàng tự đánh giá sai về chính bản thân mình, đi đến chỗ nhầm tưởng rằng mình đã có những thành tựu cao trong sự tu tập, trong khi thực tế không phải vậy. Đây chính là lý do mà phần sau đó của nguyên bản Hán văn đã đưa ra nhận xét: *Học liệp đẳng tất vị đắc vị đắc* (學躐等必未得謂得). Tạm dịch: *"Chỗ học không có thực chứng thì chưa chứng đắc mà cho rằng đã chứng đắc."*

Thật không khó để hình dung về những hệ quả nguy hiểm của người tu tập một khi "chưa chứng đắc mà cho rằng đã được chứng đắc". Trong thực tế, không ít người tu hành đã gánh chịu những hệ quả nguy hiểm này mà thậm chí còn không tự biết được nguyên nhân khởi sinh là từ chỗ "chưa chứng đắc mà cho rằng đã được chứng đắc". Điều đó đơn giản chỉ là vì nếu họ thực sự biết được thì sẽ không bao giờ dám để cho điều đó xảy ra, và nếu đã rơi vào ảnh hưởng của những hệ quả xấu này thì hầu hết trường hợp chính là vì thiếu sự nhận thức đúng đắn ngay từ ban đầu. Sự thiếu nhận thức dẫn đến hành xử sai lầm như thế có thể được diễn đạt một cách nôm na và dễ hiểu hơn là "điếc không sợ súng".

Hệ quả trước tiên và rõ rệt nhất là sự tự mãn, kiêu ngạo vì tin vào những kết quả "chứng đắc" hay thành tựu tu tập của mình. Hệ quả này khiến cho người tu tập đánh mất đi đức khiêm cung cần thiết, luôn khinh thường người khác vì cho rằng họ không có được những thành tựu nhanh chóng và vượt bậc như mình. Tuy nhiên, vì dựa trên ảo tưởng về những thành tựu tu tập vốn không thật có cũng như những hiểu biết về Giáo pháp mà hoàn toàn không thực chứng, nên điều tất yếu là không bao lâu người này sẽ rơi vào sự khống chế của vô minh và phiền não, và những biểu hiện cụ thể của si mê, tà kiến sẽ dễ dàng phát triển, bộc lộ thành những tư tưởng và hành vi ngông cuồng của họ.

Hệ quả thứ hai của nhận thức sai lầm này là người tu tập đánh mất đi cơ hội tiếp cận và học hỏi Giáo pháp chân chánh. Do ảo tưởng về sự chứng đắc của mình, người tu tập không còn quan tâm đến những tiến trình tu tập mà họ tự cho rằng mình đã vượt qua. Và một khi đã không quan tâm hoặc không có sự khao khát học hỏi thì chắc chắn ta sẽ không bao giờ có thể lãnh hội được những tinh yếu của phần Giáo pháp đó.

Hệ quả thứ ba cũng không kém phần nguy hiểm là người tu tập phải hoang phí thời gian quý báu của đời người vào những nỗ lực vô ích, do sự tu tập sai lệch với những trình tự hợp lý trên lộ trình tu tập. Một khi có đủ tỉnh táo để nhận ra sai lầm của mình, hoặc tỉnh ngộ sau một thời gian đã gánh chịu những tác hại từ ảo tưởng chứng đắc, thì cho dù người tu tập có quay lại tu tập đúng Chánh pháp cũng đã mất đi nhiều thời gian quý báu cùng rất nhiều những cơ hội tu tập trước đó.

Hệ quả thứ tư và cũng là hệ quả thường gặp nhất, đó là người tu tập gục ngã trước sự kiêu mạn được nuôi lớn bởi nhận thức sai lầm, bởi ảo tưởng chứng đắc, và do đó dần dần đi vào con đường tà kiến mà không tự biết, đánh mất hoàn toàn khả năng tu tập Chánh pháp. Đây chính là trường hợp của rất nhiều các vị "giáo chủ", "tổ sư", "đạo sư" tự xưng gần đây, bởi họ ảo tưởng rằng mình đã "hoàn toàn giác ngộ" được chân lý vô thượng. Những người này sẽ sống trong ảo tưởng "giác ngộ" với sự tôn sùng mê muội của những kẻ tà kiến si mê luôn tụ tập quanh họ, và do đó sẽ không còn cơ hội để phát khởi chánh kiến và quay về Chánh đạo.

Tuy nhiên, cũng xin lưu ý rằng ý nghĩa của điều tâm

niệm thứ ba này không chỉ được nhận biết đối với người tu tập theo cách như được mô tả trên, mà nó còn thiết thực hơn nhiều khi chúng ta biết vận dụng vào chính cuộc sống hằng ngày để luôn có một nhận thức đúng đắn về bản thân mình.

Trong cuộc sống, khi chúng ta học hỏi bất kỳ môn học nào, điều quan trọng nhất vẫn luôn là phải cứu xét tìm cầu cho thật cặn kẽ, cho thật "đến nơi đến chốn", thì khi áp dụng vào cuộc sống mới thực sự mang lại lợi ích, phụng sự được cho xã hội và đem lại lợi ích cho chính bản thân mình. Nhưng muốn học hỏi được như thế, rõ ràng chúng ta không thể mong cầu có những khóa học thật dễ dàng không có khó khăn, hoặc thậm chí là những giai đoạn thực tập hoàn toàn chỉ mang tính lý thuyết mà không có những khó khăn phải vượt qua. Nếu việc học tập quá dễ dàng, suôn sẻ, thì kết quả của việc học tập đó sẽ không mang lại cho chúng ta những kiến thức hay kỹ năng cần thiết đủ để vận dụng vào thực tế.

Nhưng điều gì sẽ xảy ra nếu ta thực sự chưa am tường, chưa có đủ những kỹ năng về một vấn đề nhưng lại ảo tưởng rằng mình đã có được những điều đó? Chắc chắn sẽ là những thất bại đau đớn hay những nỗ lực vô ích khi phải đối mặt với những yêu cầu khắt khe của thực tế, và tệ hại hơn nữa là những sự lừa dối, gạt gẫm người khác.

Và những ảo tưởng nguy hiểm thuộc loại này luôn được phát sinh từ chính những quy trình đào tạo - hoặc không đào tạo - hết sức dễ dãi nhưng mang đến cho người học những danh hiệu ảo thật lớn lao to tát như Giáo sư, Tiến sĩ, Cử nhân... Tất nhiên là những giáo sư, tiến sĩ hay bất kỳ chức danh, học vị nào đã được đào tạo một cách dễ dãi - không có khó khăn - thì sẽ chẳng bao giờ có được thực tài để đóng góp cho xã hội. Nhưng điều đáng buồn ở đây là hệ quả của những mảnh bằng được cấp phát dễ dàng theo cách đó sẽ tạo ra nơi người có được chúng ảo tưởng rằng họ đã là những giáo sư, tiến sĩ v.v... Kết quả cuối cùng là bản thân họ chẳng những không thực sự trở thành người có ích cho xã hội mà còn nuôi lớn lòng tự cao tự đại đối với người khác...

Thực tế này không phải gì khác hơn mà chính là những trường hợp "chưa chứng đắc mà cho rằng đã chứng đắc" như chúng ta vừa đề cập bên trên. Vận dụng điều này vào thực tế, chúng ta sẽ còn thấy được rất nhiều những trường hợp nhận thức sai lầm tự ảo tưởng như thế. Tất cả đều mang lại tai hại cho chính tự thân người mang ảo tưởng cũng như những người khác có liên quan đến họ.

Nói tóm lại, khi nhận thức không đúng về năng lực trình độ của bản thân theo cách đánh giá quá cao hơn thực tế, chúng ta sẽ rất dễ dàng rơi vào tình trạng ảo tưởng rằng mình đã đạt được những thành tựu, những giá trị mà thực ra chưa hề đạt được. Điều đó đẩy ta đi lệch ra khỏi quy trình phát triển đúng đắn của bất kỳ hệ thống giá trị nào mà ta đang theo đuổi, dễ dàng trở thành những người hoang tưởng và tự cao tự đại, trừ phi ta có thể ý thức được điều đó để tỉnh giác trừ bỏ mọi nhận thức sai lầm ngay khi nó vừa sinh khởi.

Hiểu được điều này, tất nhiên đây sẽ là một lời cảnh báo hết sức quý giá giúp chúng ta sớm né tránh được sự lầm đường lạc lối. Và cũng do đó, chúng ta sẽ không bao giờ ảo vọng mong cầu sự dễ dàng trong bất kỳ quy trình phát triển nào, cho dù đó là sự tu tập theo Phật pháp hay trau dồi học hỏi những kiến thức trong đời thường. Chúng ta hiểu được rằng, mọi khó khăn chính là điều kiện tất yếu để giúp ta rèn luyện được năng lực thực sự của bản thân, cũng giống như con ngựa đua khi rèn luyện phải vất vả vượt qua nhiều chướng ngại vật thì mới có hy vọng đoạt giải khi tham gia đường đua thực sự.

Cho dù được nhận hiểu từ góc độ sâu xa đối với người tu

học Phật pháp hay vận dụng vào cuộc sống thường ngày của người cư sĩ thế tục, ý nghĩa của điều tâm niệm thứ ba này chắc chắn vẫn sẽ luôn mang lại lợi ích lớn lao cho những ai có thể hiểu và thực hành theo đó. Một khi chúng ta biết "quán xét tự tâm" hay tìm cầu học hỏi tri thức mà "chẳng cầu không chướng ngại" thì điều tất yếu là ta sẽ luôn sẵn sàng chấp nhận và vượt qua khó khăn chướng ngại. Nhờ vượt qua khó khăn chướng ngại như thế, ta sẽ có được những trải nghiệm hay kỹ năng thực tế hữu ích, có thể vận dụng vào tiến trình tu tập hoặc cuộc sống đời thường. Hơn thế nữa, do sẵn sàng chấp nhận những khó khăn chướng ngại, chúng ta sẽ không dễ dãi chấp nhận những môi trường tu tập hay học hỏi mà "không có chướng ngại", bởi chúng ta hiểu được rằng một khi "không có chướng ngại" thì sẽ dẫn đến những kết quả học tập không có sự thực chứng, hay nói cách khác thì đó chỉ là những kiến thức lý thuyết suông. Cuối cùng, nhờ có được sự cảnh giác với những "lý thuyết suông" như thế, chúng ta sẽ không dễ rơi vào trường hợp nguy hiểm của những kẻ ngông cuồng "chưa chứng đắc mà cho rằng đã chứng đắc".

Mong sao những chia sẻ trên đây có thể mang lại được ít nhiều lợi lạc cho người đọc.

Tuần thứ ba tháng 11 năm 2017

Lập hạnh bất cầu vô ma

Chủ đề chia sẻ của lá thư tuần này là điều tâm niệm thứ tư trong Mười điều tâm niệm được trích từ sách Bảo Vương Tam-muội Niệm Phật Trực Chỉ (寶王三昧念佛直指): *Lập hạnh bất cầu vô ma* (立行不求無魔). Nguyên bản Hán văn giải thích điều tâm niệm này là: *Hạnh vô ma tắc nguyện bất kiên* (行無魔則誓願不堅). Hòa thượng Trí Quang dịch trọn hai ý này trong một câu là: *"Sự nghiệp đừng cầu không bị trở ngại, vì không bị trở ngại thì chí nguyện không kiên cường."*

Chữ 行 trong Hán văn có hai cách đọc gần nhau, nghĩa khác nhau. Đọc là *hành* mang nghĩa là đi, di chuyển, như hành quân, vi hành; hoặc thực hiện, làm điều gì, như trong hành động, hành vi... Đọc là *hạnh* mang nghĩa tính nết, phẩm hạnh, như trong chữ *đức hạnh* (德行). Khi điều tốt, nết tốt còn được nuôi dưỡng trong tâm ý thì gọi là *đức*, khi được thực hiện thì gọi là *hạnh*. Ví như có ý muốn giúp người thì đó là *đức*, thực sự bắt tay vào việc giúp đỡ thì đó là *hạnh*.

Trong câu này có vài khái niệm cần tìm hiểu trước khi có thể hiểu được trọn vẹn ý câu. *Lập hạnh* (立行) nghĩa là xác lập một khuynh hướng tốt đẹp nào đó mà mình sẽ kiên trì thực hiện theo, nhằm một mục đích nào đó. Như ngài Ca-diếp, đại đệ tử của đức Phật ngày xưa, được biết là người lập hạnh đầu-đà, tức là ngài chọn cách tu khổ hạnh, chấp nhận những điều kiện khó khăn, khổ nhọc để rèn luyện tu tập - nhưng xin lưu ý là hoàn toàn không phải cách tu chỉ biết khổ hạnh của ngoại đạo. Ví như một người lập hạnh bố thí, có nghĩa là người ấy chọn pháp bố thí làm khuynh hướng tu tập chính. Hòa thượng Trí Quang dịch hai chữ “lập hạnh” thành “sự nghiệp”, là cách dịch hoàn toàn thoát ý, để chỉ cho khuynh hướng hành động, phát triển tạo thành sự nghiệp của một người. Trong sự tu tập, chúng ta nên hiểu theo nghĩa phẩm hạnh như trên; trong đời sống thì nên hiểu việc lập hạnh là xác lập một khuynh hướng sống và làm việc như thế nào, còn sự nghiệp là nói đến kết quả của sự lập hạnh đó.

Hạnh (行) đi đôi với *nguyện* (願), vì hạnh là xác lập khuynh hướng, đường lối, còn nguyện là xác lập ý chí, quyết tâm sẽ thực hiện theo khuynh hướng, đường lối đó. Chẳng hạn như người lập hạnh bố thí là xác định khi có cơ hội sẽ sẵn sàng phân phát, chia sẻ, tài vật hiện có của mình đến với kẻ khó khăn, nghèo túng. Nhưng khi thực hiện việc bố thí ắt không tránh khỏi những khó khăn, cản trở, nếu không có quyết tâm, ý chí thì sẽ có nhiều trường hợp không thể vượt qua để thực hiện điều mình muốn. Vì thế, người ấy cần có một nguyện lực kiên cố, tức là một ý chí vững vàng, kiên quyết, cho dù có gặp bất kỳ sự khó khăn trở ngại nào cũng sẽ nỗ lực thực hiện cho bằng được việc bố thí. Cho nên, có thể nói việc lập hạnh có hiệu quả trong thực tế hay không là tùy thuộc vào nguyện có đủ kiên cố hay không. Bởi không có nguyện lực kiên cố thì khi gặp đôi chút khó khăn, trở ngại, hành giả tất yếu sẽ thối lui mà không hoàn tất được tâm hạnh của mình.

Chữ *ma* (魔) mang nghĩa ma chướng, ma quỷ... Trong ngữ cảnh này, chúng ta nên hiểu đó là những gì đi ngược lại hoặc gây trở ngại cho việc làm chân chánh. Vì thế, khi ta phát tâm làm một điều tốt đẹp cho cuộc sống, cho mọi người thì những khuynh hướng đi ngược lại, ngăn trở việc ấy đều được xem là ma chướng.

Chẳng hạn, quý vị nhận biết sức khỏe mình đang có vấn

đề và muốn rèn luyện thể lực nhiều hơn bằng cách dậy sớm tập thể dục đều đặn. Ngay vào thời điểm thức giấc buổi sáng, trước khi bước chân xuống giường quý vị cảm thấy có một khuynh hướng trì kéo lại. Khuynh hướng ấy nói với quý vị: *"Vẫn còn sớm chán, mình có thể nằm thêm mười phút nữa vẫn được mà..."* Chính cái khuynh hướng uể oải, lười nhác hoặc trì trệ đó luôn có mặt trong mỗi người chúng ta, và nó chống lại sự siêng năng, tinh tấn, tích cực thực hiện những điều tốt đẹp. Khuynh hướng đó chính là ma được nói đến ở đây, chứ không phải những con ma mặc áo trắng xõa tóc dài như trong những câu chuyện ma ta vẫn thường nghe kể...

Như vậy, trọn câu trên có thể được dịch là: *"Lập hạnh đừng cầu không ma chướng, vì không ma chướng thì chí nguyện không kiên cường."*

Lập hạnh là bước đầu tiên trên con đường tu tập, hay nói khái quát hơn là con đường hướng thượng. Chưa lập hạnh thì cũng giống như người bước lên đường mà chưa xác định sẽ đi đến đâu, hoặc chỉ biết tên đích đến nhưng chưa quyết định phải đi theo con đường nào. Tâm trạng lúc ấy là một tâm trạng mơ hồ, chưa dứt khoát, và do đó chưa thể có sự quyết chí lên đường. Và như trên đã nói, người đã lập hạnh và muốn thực hành hiệu quả trong thực tế thì trong tâm trước phải có đức. Không có đức trong tâm làm gốc thì hạnh ấy không do đâu mà thể hiện ra bên ngoài, hoặc có thể hiện thì cũng rơi vào sự lệch lạc như cầu mong danh lợi, tiếng tốt... mà không thực sự hướng đến ý nghĩa tốt đẹp nhất của tâm hạnh ban đầu.

Đức hạnh thì có rất nhiều, mỗi người có thể chọn một hoặc nhiều đức hạnh làm chí hướng noi theo. Như trong kinh điển thường nói, vị tỳ-kheo có đến ba ngàn oai nghi, tám muôn tế hạnh. Tế hạnh là những hạnh rất nhỏ nhặt, vi tế, ý muốn nói rằng bậc xuất gia phải tu tập rất nhiều các tế hạnh như vậy. Trong thực tế, người xuất gia trước hết là người tu hạnh (修行 - ta vẫn quen đọc là tu hành, không chính xác), tức là đặt nặng ở việc thực hiện và tu sửa những đức hạnh của mình, vì chưa tu hạnh thì có nghĩa là chưa thực sự bước chân lên con đường xuất gia.

Hiểu theo nghĩa rộng thì hạnh là tất cả những điều tốt đẹp mà ta muốn noi theo, muốn thực hiện, như hạnh nhẫn nhục, hạnh bố thí... Khi ta chọn một trong các hạnh để noi theo trên đường tu tập thì đó là lập hạnh, nghĩa là xác định con đường tốt đẹp dài lâu cho bản thân mình. Điều đó không có nghĩa rằng những hạnh khác là không tốt hoặc kém hơn, mà chỉ có nghĩa là tự thân ta cảm thấy thích hợp với con đường mình chọn. Chẳng hạn, có người lập hạnh bố thí thì trọn đời cố gắng làm tròn công hạnh này, không có nghĩa là người ấy chê bỏ hạnh nhẫn nhục v.v...

Như đã nói, hạnh và nguyện luôn đi đôi với nhau, nên người lập hạnh (xác lập công hạnh theo đuổi) cũng đồng thời phải lập nguyện (xác lập quyết tâm, ý chí thực hiện). Có đủ hạnh nguyện rồi thì những điều muốn làm mới có thể thực sự được làm, và nếu có gặp khó khăn trở ngại mới có đủ động lực, sức mạnh để vượt qua. Công hạnh càng lớn lao thì việc thực hiện càng khó khăn, nên nguyện lực phải càng mạnh mẽ mới có đủ quyết tâm, ý chí để thực hiện.

Nhưng nguyện lực cũng không thể tự nhiên mà có thể trở nên kiên cường, mạnh mẽ. Khi ta vừa phát nguyện thì đó chỉ đơn thuần là một ý nguyện mà thôi. Chỉ khi ý nguyện ấy được mang ra thực hiện trong thực tế, nó mới chứng minh được sự vững vàng hay kiên cố của nó, và cũng chính qua thực tế mà ý nguyện đó mới được nuôi dưỡng, vun bồi, rèn luyện để ngày càng lớn mạnh hơn, hay ngược lại sẽ thối thất, yếu ớt dần để rồi tan biến đi như chưa từng hiện hữu. Đây chính là ý nghĩa mà bản văn đã nói: "... vì không ma chướng thì chí nguyện không kiên cường." Hay nói khác đi, theo ý nghĩa này thì những khó khăn trở ngại trong sự tu tập một công hạnh chính là điều kiện cần thiết để người lập hạnh có được một chí nguyện ngày càng kiên cường, mạnh mẽ hơn.

Vậy những gì có thể xem là ma chướng thường xảy ra đối với người tu tập?

Đó có thể là những nghịch duyên trở ngại từ môi trường bên ngoài, ngăn cản chúng ta thực hiện công hạnh của mình, nhưng thường gặp hơn và cũng quan trọng hơn lại chính là những khuynh hướng đối nghịch ngay trong lòng ta. Khi một người lập hạnh bố thí, mặc dù "ma chướng" có thể là hoàn cảnh kinh tế khó khăn, khả năng tài chánh hạn hẹp ngăn cản họ bố thí tài vật, nhưng thường xuyên hơn và quan trọng hơn lại chính là tâm niệm tham lam tiềm ẩn trong lòng người ấy. Ý niệm về sự "mất đi" khi bố thí giúp đỡ người khác, hoặc sự thôi thúc mong muốn hưởng thụ điều này điều khác cho bản thân, đều là những "ma chướng" ngăn cản một người thực hành sự bố thí. Và trong hầu hết các trường hợp, chính những ma chướng này mới thực sự đáng sợ và dễ dàng bẻ gãy mọi tâm nguyện thiếu kiên cường của chúng ta.

Khi đã biết rằng những ma chướng quan trọng nhất và nguy hiểm nhất luôn phát sinh từ trong bản thân ta, thì rõ ràng việc "cầu không ma chướng" là hoàn toàn vô lý và do đó không thể nào đạt được. Điều khôn ngoan và hợp lý hơn là phải đối mặt, nhận ra tất cả những ma chướng đó, phân tích cặn kẽ nguyên nhân khởi sinh của chúng và những sự nguy hại nếu ta không vượt qua được chúng. Với tất cả những nỗ lực này, chúng ta mới có thể khuất phục được những chướng ngại để tiếp tục thực hiện công hạnh mà mình đã chọn. Và do đó, điều tất nhiên có thể dễ dàng nhận ra là chính quá trình đối trị với các tâm niệm xấu ác như thế sẽ rèn luyện ý chí cũng như tri thức chân chánh của chúng ta, khiến cho chí nguyện ban đầu được trở nên ngày càng kiên cường và mạnh mẽ hơn.

Không chỉ là trên con đường tu tập đạo hạnh, ngay cả đối với những mục tiêu theo đuổi trong đời thường của chúng ta thì vấn đề cũng không khác biệt. Nếu thời niên thiếu quý vị mong muốn trở thành một nhà khoa học, thì mong ước đó chỉ có thể trở thành hiện thực bằng vào những nỗ lực học hành gian khổ, chứ không thể bằng một cuộc sống buông thả, phóng túng ăn chơi. Thế nhưng mong ước ban đầu chỉ là mong ước, và quý vị sẽ có thể dễ dàng từ bỏ bất cứ lúc nào. Chỉ khi vượt qua nhiều khó khăn trên con đường học vấn, đạt được những thành tựu ngày càng cao hơn, cho đến ngày thực sự bước chân vào giảng đường đại học đúng với ngành học của mình, thì niềm mong ước ban đầu của quý vị mới thực sự được nuôi dưỡng, phát triển thành một ý chí, một quyết tâm kiên cường sẽ tiếp tục đi theo con đường đã chọn. Và như vậy, mỗi một trở ngại khó khăn mà quý vị đã vượt qua đều là những nhân tố tất yếu để rèn luyện, làm phát triển quyết tâm theo đuổi mục tiêu ban đầu.

Cho nên, dù là trên đường đời hay đường đạo, hạnh nguyện của mỗi chúng ta đều cần có thời gian và thực tế trải nghiệm, vượt qua khó khăn chướng ngại thì mới có thể thực sự trưởng thành, lớn mạnh. Và vì thế, khi xác lập công hạnh hay mục tiêu theo đuổi của cuộc đời mình, không nên và không thể mong cầu cho mọi việc đều thuận lợi không chướng ngại. Khó khăn chướng ngại là điều tất nhiên và vượt qua khó khăn chướng ngại mới chính là phương thức để ta nuôi lớn và củng cố chí nguyện của mình. Chí nguyện có kiên cường, mạnh mẽ thì công hạnh mới có cơ may được thành tựu viên mãn.

Tuần cuối tháng 11 năm 2017

Mưu sự bất cầu dị thành

Điều tâm niệm thứ năm trong Mười điều tâm niệm được trích từ sách Bảo Vương Tam-muội Niệm Phật Trực Chỉ (寶王三昧念佛直指) nói rằng: *Mưu sự bất cầu dị thành* (謀事不求易成), và giải thích là: *Sự dị thành tắc chí thành khinh mạn* (事易成則志成輕慢).

Cả hai câu này được Hòa thượng Trí Quang gồm chung để dịch thành một ý là: *"Việc làm đừng mong dễ thành, vì việc dễ thành thì lòng khinh thường, kiêu ngạo."*

Chữ mưu (謀) trong Hán văn mang nghĩa là tính toán, sắp xếp, lên kế hoạch trước để thực hiện một điều gì. Vì thế, lời khuyên ở đây là một sự chuẩn bị tâm lý trước khi vào việc. Chúng ta đều biết, một tâm lý được chuẩn bị tốt có thể góp phần đáng kể cho thành công của sự việc. Có thể hiểu ý điều tâm niệm thứ năm này là: *"Mưu tính sự việc không mong dễ thành, vì việc dễ thành ắt chí hướng thành khinh mạn."*

Thật ra, trong thực tế thì mỗi khi mưu tính thực hiện một điều gì, tất cả chúng ta đều mong cho được dễ dàng thuận lợi, không ai mong muốn gặp phải khó khăn trở ngại. Thế nhưng, điều quan trọng cần thừa nhận ở đây là, những mong muốn như thế thường rất hiếm khi trở thành hiện thực. Trở ngại trong công việc là điều tất yếu xảy ra, mà trong hầu hết trường hợp còn có thể là những trở ngại ngoài dự tính. Do đó, nếu từ đầu ta đã khởi tâm mong cầu mọi việc dễ dàng thành tựu, thì hệ quả tất nhiên của điều đó là ta sẽ không thực sự sẵn sàng đối mặt với những khó khăn trở ngại khi chúng xảy đến. Một sự chuẩn bị tâm lý như thế trước khi đối mặt với khó khăn thường là một bất lợi lớn lao chứ không phải là thuận lợi. Ngược lại, khi đã lường trước mọi khó khăn trở ngại, chúng ta sẽ sẵn sàng đối phó, vượt qua, và nếu khó khăn không thực sự xảy ra thì sự thành tựu lại càng dễ dàng hơn chứ không có gì bất lợi.

Đây là một thực tế rất quan trọng. Các vận động viên trước khi tham gia thi đấu cũng đều được chuẩn bị tâm lý phải vượt qua nhiều chướng ngại, thách thức. Họ tuyệt đối không được xem thường những khó khăn trong thi đấu cũng như các đối thủ của mình. Một tâm lý dể duôi khi bước vào thi đấu nhất định sẽ phải trả giá đắt bằng sự thất bại không đáng có. Ngược lại, một tâm lý chuẩn bị đối mặt với khó khăn thường giúp ta đến gần với chiến thắng hơn.

Mặt khác, tâm lý kiêu căng, xem thường người khác bao giờ cũng là một chướng ngại che mờ trí phán đoán của chúng ta trước hiện thực. Dưới mắt nhìn của một người kiêu ngạo thì mọi đối thủ đều có vẻ như tầm thường, không đáng sợ, ngay cả khi họ là những người có năng lực vượt trội. Với sự che chướng của lòng kiêu ngạo, ta khó lòng nhìn ra được những điểm ưu việt nơi người khác, càng không thể đánh giá đúng về những khó khăn chướng ngại mà mình sẽ phải vượt qua. Kết quả tất yếu của điều này là khả năng ứng phó của ta sẽ giảm sút rất nhiều khi thực sự đối mặt với khó khăn, và do đó mà tỷ lệ thành công hay chiến thắng cũng không thể khả quan.

Điều rất thường xảy ra trong thực tế là chính những cơ hội thành công dễ dàng sẽ nuôi lớn trong lòng ta khuynh hướng kiêu căng, xem thường người khác. Cho nên, khi ta nói "Thất bại là mẹ thành công" thì điều đó cũng hàm ý ngược lại, rằng những thành công dễ dàng có thể là nguyên nhân đưa ta đến thất bại trong tương lai. Vì sao vậy? Chính là vì khuynh hướng kiêu căng, xem thường người khác đã được khởi sinh và nuôi dưỡng từ những cơ hội thành công quá dễ dàng.

Như vậy, chúng ta nên hiểu điều tâm niệm thứ năm này như một lời khuyên về sự chuẩn bị tâm lý thích hợp thay vì là một phương thức đối phó với khó khăn trở ngại. Và tâm lý thích hợp đó chính là sự chuẩn bị sẵn sàng cho mọi khó khăn thách thức, để có thể nỗ lực thực hiện tốt nhất trong khả năng hiện có của mình. Và quan trọng hơn nữa, chính tâm lý thích hợp này sẽ giúp chúng ta ngăn ngừa sự sinh khởi và phát triển của lòng kiêu mạn ngay cả khi mọi việc ta làm đều được thành tựu một cách dễ dàng. Thất bại trong mưu tính sự việc trước mắt chỉ là tác hại nhất thời, mà việc nuôi lớn khuynh hướng kiêu căng xem thường người khác lại là mối nguy hại lâu dài về sau. Điều thú vị là theo phân tích ở đây, để có thể ngăn ngừa, hạn chế cả tác hại nhất thời cũng như mối nguy hại lâu dài về sau, ta chỉ cần ghi nhớ thực hiện theo điều tâm niệm này: "Mưu tính sự việc không mong dễ thành."

Trong phần tiếp theo của bản Hán văn còn giải thích thêm một hàm ý sâu xa hơn nữa. Bản văn chép rằng: *"Chí khinh mạn tất xưng ngã hữu năng."* (Trong lòng khinh mạn thì nghĩ rằng mình thật có tài năng. - 志輕慢必稱我有能) Và một đoạn sau đó nói tiếp: *"Lượng sự tùy tâm, thành sự tùy nghiệp, sự bất do năng." (Lo lường sự việc là do trong lòng ta, thành tựu sự việc tùy thuộc nghiệp duyên, nên sự thành tựu ấy chẳng phải chỉ riêng do năng lực của mình."* - 量事從心, 成事隨業, 事不由能)

Cách lý giải ở đây khá rõ ràng, không còn gì phải nghi ngờ. Khi có khuynh hướng kiêu căng xem thường người khác, thì dù muốn dù không ta cũng chắc chắn sẽ rơi vào chỗ tự đề cao năng lực của bản thân mình. Và như một vòng luẩn quẩn, càng đề cao năng lực bản thân mình, ta lại càng nuôi lớn sự kiêu căng xem thường người khác. Ảo tưởng này sớm muộn gì cũng sẽ bị phá tan đi bởi những thất bại đau đớn, nặng nề đang chờ đợi ta ở phía trước, bởi sự kiêu căng không bao giờ là một lợi thế trong công việc, mà chỉ có thể là nguyên nhân đẩy ta đến gần hơn với thất bại mà thôi.

Bản văn đưa ra một cách nhận thức về sự việc để có thể đối trị với khuynh hướng nguy hại này: *"Lo lường sự việc là do trong lòng ta, thành tựu sự việc tùy thuộc nghiệp duyên, nên sự thành tựu ấy chẳng phải chỉ riêng do năng lực của mình."* Những ai chưa thực sự hiểu được giáo lý nhân duyên, nghiệp quả trong đạo Phật sẽ rất dễ rơi vào cách hiểu sai lầm cho rằng đây là một nhận thức mang tính tiêu cực. Nhưng hãy nhìn mọi sự việc một cách khách quan, chúng ta sẽ thấy ngay rằng đó là một nhận thức đúng thật, hoàn toàn thực tế. Người xưa thường nói: *"Luận anh hùng bất phân thành bại"* chẳng phải cũng là một ý như vậy đó sao? Ngay cả khi ta có đủ khả năng vượt trội tưởng chừng như có thể hoàn thành sự việc một cách hết sức dễ dàng, thì trong thực tế sự việc ấy có thành tựu hay không lại còn tùy thuộc vào rất nhiều yếu tố tác động khác. Ngược lại, có những người tưởng như chẳng có mấy chút thực tài, nhưng lại liên tục gặt hái hết thành công này đến thành công khác, dường như chỉ hoàn toàn nhờ vào hoàn cảnh thuận lợi, thật chẳng khác nào như tục ngữ thường nói *"Chó ngáp táp nhằm ruồi"*.

Nói như thế là để nhận ra một thực tế rằng sự việc thành tựu không chỉ hoàn toàn do nơi năng lực của bản thân ta. Sự việc dù lớn hay nhỏ cũng đều là một thực trạng có liên quan đến nhiều điều kiện, hoàn cảnh khác. Nếu tất cả những điều kiện, hoàn cảnh đều bất lợi, cho dù ta có tài năng vượt trội cũng không thể nào đạt được thành công. Cũng giống như người nông dân giàu kinh nghiệm, có sức lao tác khổ nhọc, nhưng gặp khi mưa nắng thất thường hoặc trời khô hạn thì vụ mùa cũng không thể nào thu hoạch được như ý muốn. Ngược lại, với kẻ lười nhác chỉ làm qua quýt cho xong việc, nhưng gặp khi mưa thuận gió hòa, thời tiết thuận lợi, nên dù không khó nhọc mà vẫn được bội thu. Những thực tế trái ngược như vậy quả thật không phải là hiếm thấy trong cuộc sống.

Và nhận thức đúng thật như thế sẽ giúp phá trừ đi khuynh hướng kiêu mạn rất dễ phát sinh trong lòng ta mỗi khi có được sự thành công dễ dàng. Khi hiểu được tài năng của bản thân ta chỉ là một trong các yếu tố đóng góp vào sự thành tựu của sự việc, ta sẽ không quá tự mãn về năng lực bản thân. Thay vì vậy, ta sẽ nhận thức một cách khách quan hơn về những yếu tố thuận lợi đã giúp ta thành tựu sự việc, và những hiểu biết này sẽ mang lại kinh nghiệm quý giá cho ta trong tương lai. Khi lòng kiêu ngạo được phá trừ và bài học kinh nghiệm được bồi đắp, đó sẽ là những nguyên nhân thiết thực bảo đảm cho sự thành công tiếp tục trong tương lai.

Một sự việc còn chưa thực hiện thì điều tất nhiên là không ai có thể biết trước được sẽ gặp khó khăn hay dễ dàng, nhưng việc chuẩn bị một tâm lý thích hợp và một nhận thức đúng đắn như trên là điều hoàn toàn có thể làm được. Khi chúng ta luôn ghi nhớ trong lòng điều tâm niệm thứ năm này thì những khó khăn trong cuộc sống sẽ không làm ta thối chí, mà những thuận lợi dễ dàng cũng không làm cho ta trở nên kiêu mạn khinh người. Đây cũng chính là một nguyên tắc vàng trong thuật xử thế của ông cha ta ngày xưa, đã được đưa vào câu tục ngữ quen thuộc: *“Thắng không kiêu, bại không nản.”* Do đó, điều quan trọng trên đường đời không phải là những kết quả thắng thua, thành bại, mà chính là cần phải luôn ghi nhớ tâm niệm: *“Mưu tính sự việc không mong dễ thành.”*

Tuần đầu tháng 12 năm 2017

Giao tình bất cầu ích ngã

Trong nội dung lá thư tuần này, chúng ta sẽ tiếp tục bàn về điều tâm niệm thứ sáu trong Mười điều tâm niệm được trích từ sách Bảo Vương Tam-muội Niệm Phật Trực Chỉ (寶王三昧念佛直指). Điều này nói rằng: Giao tình bất cầu ích ngã (交情不求益我), và đoạn sau đó giải thích: Tình ích ngã tắc khuy thất đạo nghĩa (情益我則 虧失道義). Cả hai câu này được Hòa thượng Trí Quang gồm chung để dịch thành một ý là: "Giao tiếp đừng cầu lợi mình, vì lợi mình thì mất đạo nghĩa."

Chữ *giao tình* (交情) có thể hiểu là giao kết, kết tình giao hảo với nhau; *ích ngã* (益我) là lợi ích cho bản thân mình. Thật ra, trong quan hệ giao kết thì nhận thức và chọn lựa trước tiên của hầu hết chúng ta đều hướng đến chỗ cân nhắc xem đó là có lợi hay có hại. Một quan hệ bất lợi thì hẳn không ai muốn mất thời gian, công sức để tham gia vào. Và dường như hiểu được cái khuynh hướng rất thường tình này, nên bản văn đã cảnh báo: *"Ích ngã tắc khuy thất đạo nghĩa"* (Lợi ích cho bản thân mình ắt sẽ làm suy tổn, mất đi đạo nghĩa.)

Đạo trong câu này là đạo lý, đạo đức, những giềng mối tốt đẹp trong đời sống; *nghĩa* là tình nghĩa, là lẽ phải, những điều thích hợp phải giữ vẹn toàn trong giao tiếp ứng xử giữa người và người. Đạo nghĩa suy tổn (khuy) tức là bị lệch lạc, bóp méo, không còn được giữ theo một cách trọn vẹn như vốn có, còn mất đi (thất) thì có nghĩa là đã hoàn toàn bị bỏ qua, không được tuân theo nữa. Cho nên, nếu người mưu cầu lợi ích cho riêng mình trong bất kỳ mối quan hệ giao tiếp nào, thì cách ứng xử với đối tác trong quan hệ đó, nhẹ cũng sẽ là lệch lạc, không đúng đạo nghĩa, mà nặng thì có thể sẽ hoàn toàn đánh mất đi mọi chuẩn mực đạo đức, tình nghĩa vốn có. Vì sao vậy? Vì trong hầu hết các trường hợp, muốn được lợi riêng mình mà giữ được cả trọn vẹn theo đạo nghĩa thường là điều không thể. Cho nên, điều tâm niệm thứ sáu này có thể được dịch trọn vẹn là: *"Giao tiếp đừng cầu lợi ích về riêng mình, vì lợi ích về riêng mình thì suy tổn, mất cả đạo nghĩa."*

Ở đây cần lưu ý rằng, *"lợi ích về mình"* và *"cầu lợi ích về riêng mình"* là hai điều khác nhau, và chỉ điều thứ hai mới là nên tránh. Như đã nói trên, một mối quan hệ bất lợi thì chẳng ai lại muốn tham gia vào, nhưng hãy làm sao để mình được lợi mà đối tác của mình cũng cùng được lợi, thay vì mong muốn (hay mưu tính) giành trọn phần lợi ích về riêng mình. Đây chính là triết lý *"win-win"*, hay *"đôi bên cùng có lợi"* của một quan hệ hợp đạo đức. Khi một mối quan hệ tốt đẹp mang lại lợi ích cho cả đôi bên thì phần *"lợi ích về mình"* trong quan hệ đó không có gì sai trái, vì nó chẳng làm tổn hại đến ai và chắc chắn cũng không hề làm suy tổn, đánh mất đạo nghĩa. Ngược lại, đối với kẻ cố tình mưu tính lợi ích về riêng phần mình thì không có chọn lựa nào khác hơn là họ phải lừa dối, gian lận hoặc cưỡng bức dồn ép người khác. Chỉ như thế thì mới có thể giành được phần lợi ích về cho riêng mình, mà như thế thì chắc chắn không thể nào không suy tổn, đánh mất đạo nghĩa.

Mâu thuẫn phát sinh ở đây chính là tình huống *"chọn một trong hai"* mà chúng ta rất thường gặp phải. Giữa *"đạo nghĩa"* và *"lợi ích riêng mình"*, ta chỉ có thể chọn một bỏ một. Chọn lấy đạo nghĩa thì trở thành người công minh liêm chính, chí tình chí nghĩa, trong sạch thanh cao, nhưng để vươn lên chắc chắn phải hoàn toàn dựa vào tài năng thực có của mình, và con đường được chọn lựa như thế quả thật không thể dễ dàng. Ngược lại, mất đạo nghĩa thì cơ hội rộng mở hơn, dễ dàng luồn lách qua bất kỳ khe ngách thuận lợi nào, miễn sao có thể giúp mình đạt được mục đích. Tất nhiên, không phải trường hợp *"mất đạo nghĩa"* nào rồi cũng được vinh thân phì gia, nhưng ít nhất thì đây cũng là một chọn lựa dễ dàng hơn trong toan tính mưu đồ lợi ích, bởi rào cản khó khăn của những luân lý, đạo nghĩa đều đã bị dẹp bỏ.

Vậy vì sao chúng ta phải chọn làm người tử tế để đối mặt với khó khăn, trong khi những kẻ bất nhân thất đức thì lại rộng đường thăng tiến? Đó là vì ý nghĩa thực sự của đời sống không nằm ở chỗ quý vị kiếm được nhiều tiền hay ít, mà nằm ở chỗ quý vị có được cuộc sống như thế nào với số tiền kiếm được. Hầu hết, nếu không muốn nói là tất cả, những kẻ kiếm tiền một cách phi đạo đức thường không thể có một cuộc sống an vui hạnh phúc đúng nghĩa, càng không thể có được một gia đình tốt đẹp với con ngoan vợ hiền. Điều đó chính vì tự thân họ vốn đã là một bài học thất đức cho con cái, làm sao có thể mong chúng trở thành người tốt đẹp? Những kẻ tham nhũng vơ vét tiền bạc bất chính của nhân dân, tuy có thể né tránh lưới pháp luật bằng nhiều cách, nhưng lại không có cách nào che giấu được vợ con khi mang những khối tiền ấy về cho gia đình mình. Vì thế, câu chuyện về những "cậu ấm" hư hỏng, trốn học ăn chơi, thậm chí nghiện ngập xì-ke ma túy dường như không phải là chuyện lạ hiếm thấy. Chỉ những người đạo đức lương thiện mới có thể duy trì được một gia đình tốt đẹp thấm đẫm tình thương yêu, bởi đó chính là những gì họ luôn nghĩ đến và dành tặng cho người khác.

Không mưu cầu lợi ích riêng cho bản thân mình, có nghĩa là khi muốn tìm kiếm lợi nhuận nhất thiết phải nghĩ đến, phải cân nhắc những mối lợi song phương, những lợi ích cho cả người hợp tác cùng mình. Người biết nghĩ như thế thì tất nhiên không thể làm điều suy tổn đạo nghĩa, càng không thể đi ngược lại đạo nghĩa để giành mối lợi riêng cho mình. Trong một tầm nhìn sâu rộng và bao quát hơn, chính những mối quan hệ như thế này mới là những mối quan hệ dài lâu, bền vững và mang lại lợi ích lớn lao nhất, cả về vật chất lẫn tinh thần.

Cho nên, không mưu cầu lợi riêng không có nghĩa là phải luôn sống một cuộc sống chật vật, thanh bần. Ngược lại, nếu muốn mở rộng lòng chia sẻ, giúp ích cho nhiều người, trước hết chúng ta cần phải biết làm giàu chính đáng. Bản thân mình có được một cuộc sống chân chính no đủ rồi thì mới có thể tạo ra được những cơ hội giúp đỡ, chia sẻ cùng người khác. Quan niệm cho rằng: *"Vi nhân bất phú, vi phú bất nhân"* (Giữ lòng nhân đức thì không giàu có; đã giàu có thì không thể có lòng nhân đức) là một quan niệm không đúng. Có vô vàn cơ hội trong xã hội ngày nay có thể giúp những người lương thiện có tài năng vươn lên làm giàu chính đáng mà không hề đánh mất đi lòng nhân ái hay đạo lý làm người.

Nếu như những mối quan hệ *"mưu cầu lợi riêng"* ở tầm vóc cá nhân chỉ làm ảnh hưởng đến nhân cách, đạo đức của riêng một cá nhân đó, thì trong những quan hệ hệ lớn hơn giữa các công ty, tổ chức xã hội, hình ảnh của công ty hay tổ chức đó có thể sẽ bị hoen ố vì những hành xử phi nghĩa, và điều này cũng đồng nghĩa với một tương lai đen tối không thể nào tiếp tục phát triển. Xét từ góc độ này thì một quyết định *"mưu cầu lợi riêng"* rõ ràng không phải là sáng suốt, khôn ngoan, bởi nó chỉ mang lại lợi ích trước mắt mà không thể giúp công ty, tổ chức ấy phát triển dài lâu.

Và còn đáng sợ hơn nữa nếu chúng ta xét điều này trên bình diện quốc gia, dân tộc. Trong quan hệ quốc tế giữa các quốc gia với nhau mà đánh mất niềm tin, đánh mất sự tôn trọng của những nước khác thì hệ quả sẽ thế nào? Điều này hẳn không chỉ còn là sự ảnh hưởng không tốt đến một số người, mà sẽ gây tác hại đến cả một dân tộc, một đất nước. Vì thế, chính sách ngoại giao khôn khéo của một quốc gia không phải là mưu cầu lợi ích cho riêng đất nước mình, mà nhất thiết phải hướng đến những giải pháp sao cho đôi bên cùng có lợi, cùng phát triển hài hòa trong bối cảnh toàn cầu.

Tìm được lợi ích mà không làm suy tổn, không đánh mất đạo nghĩa, đó chính là bài toán khó cho tất cả chúng ta. Và giải được bài toán đó cũng chính là đặt được viên gạch vững chắc đầu tiên cho ngôi nhà sự nghiệp của cả một đời người. Cho nên, trong xã hội kim tiền ngày nay, hơn bao giờ hết, mỗi chúng ta đều phải luôn tâm niệm: *"Giao tiếp đừng cầu lợi ích về riêng mình, vì lợi ích về riêng mình thì suy tổn, mất cả đạo nghĩa."*

Tuần thứ hai tháng 12 năm 2017

Ư nhân bất cầu thuận thích

Điều tâm niệm thứ bảy trong Mười điều tâm niệm được trích từ sách Bảo Vương Tam-muội Niệm Phật Trực Chỉ (寶王三昧念佛直指) nói rằng: *Ư nhân bất cầu thuận thích* (於人不求順適), và đoạn sau đó giải thích: *Nhân thuận thích tắc nội tâm tự căng* (人順適則 內心自矜). Cả hai câu này được Hòa thượng Trí Quang gồm chung thành một ý và dịch là: *"Với người thì đừng mong tất cả đều thuận theo ý mình, vì được thuận theo ý mình thì lòng tất tự kiêu."*

Hai chữ *thuận thích* (順適) hàm nghĩa là thuận theo, làm cho vừa lòng thích ý. Trong quan hệ mà luôn được người khác thuận theo ý mình, làm vừa lòng mình thì hẳn ai cũng lấy làm thỏa mãn, hài lòng. Thế nhưng, xét trong toàn cảnh thì liệu điều ấy có thật sự mang lại lợi ích hay không, ắt còn phải cân nhắc lại. Điều bất lợi trước nhất được bản văn nêu ra chính là nuôi lớn sự kiêu ngạo trong lòng mình *(tắc nội tâm tự căng)*. Một khi trong lòng đã kiêu ngạo thì chẳng khác nào nuôi sẵn mầm tai họa, cho dù ngay lúc đó chưa thấy điều gì bất lợi, nhưng những nguy hại tiềm ẩn trong tương lai chắc chắn không thể nào tránh được. Trọn câu này có thể tạm dịch là: *"Đừng mong người khác thuận theo ý mình, vì như thế ắt trong lòng tự sinh kiêu ngạo."*

Tuy nhiên, cần phải thấy ngay rằng việc mong muốn người khác thuận theo ý mình trước hết đã là một mong muốn hoàn toàn bất hợp lý. Không cần phải xét đến những việc lớn lao, chỉ cần quan sát trong mười người chung một bàn ăn, nếu một người chọn món ăn mà có thể làm cả hài lòng chín người còn lại hẳn đã là chuyện ít có rồi. Dân gian có câu *"Chín người mười ý"*, nên việc mong đợi người khác luôn thuận theo ý mình là một mong cầu bất hợp lý, khó lòng đạt được. Mong cầu mà không đạt được thì ấy là tự chuốc lấy phiền não, sao bằng không mong cầu?

Như vậy, mong cầu không đạt được thì sinh phiền não, mà vạn nhất đạt được thì lại khiến sinh lòng kiêu ngạo. Cho nên, xét cả đôi đường dù được hay không được cũng đều là nguy hại cả. Đã vậy, mối nguy hại mà bản văn đề cập ở đây cũng mới chỉ là mối nguy cho tự thân, chưa xét đến toàn cục. Nếu xét đến toàn cục thì sự nguy hại hẳn còn lớn hơn thế nữa.

Hãy lấy ngay trường hợp đề xuất *"cải tiến chữ quốc ngữ"* của PGS Bùi Hiền vừa qua mà xét. Nếu như ông ấy vừa đưa ra đề xuất này mà tất cả mọi người đều thuận theo ý muốn của ông thì tai hại lớn lao như thế nào cho cộng đồng hẳn có thể đoán trước được. Chính nhờ có những phản biện *"bất như ý"* mà bất kỳ một đề xuất nào trước khi được áp dụng cho cộng đồng cũng đều được xem xét kỹ về tính khả thi và lợi ích cũng như tai hại thực sự của nó từ nhiều mặt khác nhau. Cơ chế vận hành của một nền dân chủ cũng luôn tồn tại theo cách chấp nhận nhiều ý kiến trái chiều để chọn lấy giải pháp tốt nhất cho từng trường hợp. Nếu xét trong trường hợp của một gia đình hay một nhóm người cùng làm việc cũng thế, rõ ràng không nên mong đợi sự đồng thuận của tất cả mọi người đối với ý muốn của mình, vì như thế chắc chắn sẽ vô cùng nguy hại.

Lại quay về tự thân mà xét, việc lắng nghe những ý kiến khác biệt hoặc trái chiều của người khác bao giờ cũng giúp ta thấy được vấn đề một cách toàn diện và chính xác hơn. Nếu chỉ biết chấp chặt vào ý kiến của riêng mình và luôn mong đợi mọi người khác đều thuận theo, chắc chắn sẽ không tránh được sai lầm trong rất nhiều trường hợp. Mà một khi sai lầm xảy ra, không phải chỉ riêng mình tổn hại mà còn gây tổn hại cho những ai có liên quan đến sự việc.

Thái độ độc tôn, độc quyền, buộc người khác luôn phải tuân theo ý muốn của mình không phải là điều xa lạ trong lịch sử, và ngay cả trong thời hiện đại cũng vẫn còn tồn tại ở nhiều nơi. Nói chung, nơi nào có sự lắng nghe và chấp nhận ý kiến đa chiều từ công luận thì nơi đó xã hội sẽ phát triển tốt đẹp, ít sai lầm. Ngược lại, nơi nào mà những người cầm quyền chỉ biết làm theo ý riêng, không biết lắng nghe và chấp nhận mọi sự phản đối hay góp ý trái chiều, thì nơi đó chắc chắn sẽ thường xuyên diễn ra điệp khúc *"sai và sửa"* từ ngày này sang ngày khác, và sợi dây *"kinh nghiệm"* được rút ra từ những sai lầm loại này thường sẽ luôn nối dài vô tận.

Còn về lòng kiêu ngạo thì sao? Thật ra, đó chính là một thứ *"vốn tự có"* mà không ai trong chúng ta không biết đến. Chỉ có điều, trong những điều kiện với sự kiểm soát của trí tuệ và lòng tự trọng, ta sẽ không bao giờ để cho lòng kiêu ngạo của tự thân mình phát triển. Chúng ta luôn tự biết đó là một tâm trạng xấu xa và đầy nguy hại cho bản thân mình. Tuy nhiên, một khi rơi vào điều kiện luôn được mọi người chung quanh tung hô ca ngợi, luôn đồng thuận làm theo bất kỳ ý muốn nào của mình, thì lúc đó sự sáng suốt cũng như lòng tự trọng sẽ dần dần mất đi, chỉ còn lại sự kiêu căng ngạo mạn ngày càng phát triển, bởi lúc đó ta luôn nghĩ rằng chỉ có bản thân mình là trung tâm vũ trụ, là người quyết định, dẫn dắt mọi người khác. Tiếc thay, không cần suy ngẫm nhiều thì mỗi người trong chúng ta cũng đều biết rằng sự kiêu căng ngạo mạn, độc tôn độc quyền đó sẽ không thể tồn tại được lâu dài. Trong dòng lịch sử, những Tần Thủy Hoàng của Trung Hoa hay Adolf Hitler của Đức quốc xã đều là những ví dụ minh họa hết sức rõ ràng. Vì thế, thái độ khôn ngoan và hợp lý nhất vẫn luôn là phải biết tôn trọng, lắng nghe ý kiến của người khác mà không bao giờ đòi hỏi mọi người đều đồng thuận theo ý mình.

Các bậc minh quân ngày xưa khi cai trị thiên hạ đều xây dựng quanh mình một đội ngũ các Gián quan, có thể nói một cách dễ hiểu là những người được giao nhiệm vụ phản biện mọi ý kiến, quyết định của nhà vua. Các vị gián quan thường được ban cho nhiều quyền hạn đặc biệt lớn lao như có thể tự do ra vào cung vua, hoặc có thể xin được gặp vua bất cứ lúc nào... Đổi lại, tiếng nói của họ luôn giúp hạn chế tối đa mọi sai lầm cho nhà vua, chỉ ra bất kỳ khiếm khuyết hay sai lầm nào có thể có trong những quyết định của nhà vua. Khi triều đình vắng bóng những gián quan, điều đó có vẻ như cũng đồng nghĩa với sự độc tài toàn trị đang bắt đầu phát triển.

Trong xã hội văn minh ngày nay, những tranh cãi, bất đồng giữa các chính khách, dân biểu... luôn được xem là dấu hiệu vận hành lành mạnh của một xã hội. Khi những cánh tay đồng loạt đưa lên biểu lộ sự đồng thuận tuyệt đối và không còn tranh cãi thì sự hoài nghi về tính chất dân chủ của một xã hội sẽ bắt đầu được nêu ra, chỉ đơn giản vì sự *"đồng thuận tuyệt đối"* là điều hầu như không thể có trong bất kỳ tập thể nào.

Khổng tử từng nói: *"Tam nhân đồng hành tất hữu ngã sư."* (Trong ba người cùng đi ắt có người [có thể làm] thầy ta.) Ấy là vì ông biết thừa nhận trong sự khác biệt của người khác thế nào cũng sẽ có những điều mà bản thân ta có thể học lấy. Nếu ta luôn mong muốn mọi người đồng thuận theo ý mình, thì khác nào đã xóa bỏ đi mọi ý kiến khác biệt, làm sao còn có thể học hỏi được những điều hay lạ từ người khác? Bill Gates cũng từng nói: *"Your most unhappy customers are your greatest source of learning."* (Những khách hàng khó tính nhất là những người dạy cho ta nhiều điều nhất.) Vì những khách hàng khó tính chính là những người đòi hỏi ta phải đáp ứng bằng những sáng kiến, những dịch vụ tốt nhất. Và điều đó giúp ta tiến bộ. Khi tôi tiến hành nâng cấp website lần thứ 11, các độc giả được hỏi ý kiến thường cho tôi rất nhiều ý tưởng mới. Trong số đó có một em sinh viên hầu như luôn... chê thiết kế của tôi ở mọi điểm. Thế nhưng, chính những chỗ không hài lòng của em sinh viên ấy là những chỗ giúp tôi cải tiến được nhiều nhất và mang lại sự thuận lợi nhiều hơn cho người dùng. Nếu tôi chỉ mong đợi những ý kiến tán thành, đồng thuận, có lẽ kết quả cuối cùng không thể nào được như ngày hôm nay.

Tuy nhiên, hãy tạm gác lại những chuyện trên bình diện quốc gia đại sự hay cộng đồng xã hội. Chỉ xét trong phạm vi của mỗi gia đình thôi, nếu bạn luôn mong đợi những người khác trong gia đình phải đồng thuận với mọi ý kiến của bạn, thì chắc chắn gia đình bạn sẽ có nhiều nguy cơ rạn nứt, đổ vỡ, hoặc chí ít cũng sẽ là một gia đình không hạnh phúc. Vì sao vậy? Vì nếu bạn mong đợi người khác theo ý mình, lẽ nào người khác đó (vợ hoặc chồng của bạn) lại không có cùng mong muốn? Và khi cả hai đều muốn đối phương phải đồng thuận, phải chiều theo ý riêng của mình, sự mâu thuẫn chắc chắn phải nảy sinh, mà sự nhường nhịn hay hòa giải lại không sao đạt được. Cứ như vậy thì môi trường sinh hoạt chung chắc chắn sẽ không thể nào có sự hòa hợp.

Tương tự, trong hợp tác làm ăn hoặc giao tiếp bạn bè, nếu ta luôn mong muốn những người quanh ta phải đồng thuận, chiều theo ý mình, chắc chắn bạn bè sẽ dần dần xa lánh, mà đối tác làm ăn cũng chẳng thích hợp tác với ta. Tất nhiên, để cải thiện vấn đề thì không cần phải làm gì khác hơn là ghi nhớ điều tâm niệm này: *“Đừng mong người khác thuận theo ý mình.”*

Điều tâm niệm này không chỉ là một kim chỉ nam trong

ứng xử, nó còn giúp ta luôn nhận biết rằng bất kỳ ở đâu, môi trường sống quanh ta luôn là một trường học mở rộng với vô số những điều mà ta chưa biết. Nhưng để tiếp nhận được, học hỏi được từ đó, điều trước tiên là ta phải biết bẻ dẹp tính tự tôn độc đoán của mình; phải biết lắng nghe và chấp nhận những ý kiến khác biệt từ người khác chứ không phải lúc nào cũng mong đợi sự đồng thuận.

Luôn biết lắng nghe và tự kiềm chế lòng kiêu ngạo trong bản thân mình, đó là bài học quý giá nhất mà điều tâm niệm thứ bảy này mang lại cho chúng ta, một bài học có thể được áp dụng hầu như trong mọi trường hợp.

Mong sao những chia sẻ trên đây có thể mang lại được ít nhiều lợi lạc cho người đọc.

Tuần thứ ba tháng 12 năm 2017

Thí đức bất cầu vọng báo

Hôm nay chúng ta sẽ cùng nhau chia sẻ về điều tâm niệm thứ tám trong Mười điều tâm niệm trích từ sách Bảo Vương Tam-muội Niệm Phật Trực Chỉ (寶王三昧念佛直指). Điều tâm niệm thứ tám nói rằng: *Thí đức bất cầu vọng báo* (施德不求望報), và sau đó có phần giải thích: *Đức vọng báo tắc ý hữu sở đồ* (德望報則 意有所圖) Lại giải thích thêm rằng: *Ý hữu đồ tất hoa danh dục dương* (意有圖必華名欲揚). Hòa thượng Trí Quang dịch điều tâm niệm này sang tiếng Việt là: *"Thi ân thì đừng cầu đền đáp, vì cầu đền đáp là thi ân mà ý có mưu đồ."*

Hiểu sát theo nguyên ngữ thì việc *"thí đức"* là làm những chuyện gây tạo phúc đức, trong đó không hẳn chỉ có việc thi ân cho người khác, mà là bao gồm tất cả những chuyện tốt đẹp, lợi mình lợi người. Vì thế, chữ *"báo"* theo sau cũng không chỉ giới hạn trong sự báo đáp của người được ta giúp đỡ, thi ân, mà hàm nghĩa rộng hơn là tất cả những phước báo tốt đẹp mà người làm điều thiện sẽ được hưởng.

Cũng có thể hiểu rằng khi ta làm bất kỳ việc tốt đẹp nào thì điều tất nhiên là sẽ có người khác được hưởng lợi, vì thế cũng xem như đã thi ân với người, và sự báo đáp mà ta mong cầu là đến từ người được ta giúp đỡ. Tuy nhiên, cách hiểu này có phần hẹp nghĩa hơn so với nguyên tác muốn nói, vì việc *"thí đức"* vốn rộng lớn hơn, và trong nhiều trường hợp khi sự lợi lạc là rộng khắp đến nhiều người thì sẽ không thể đề cập đến một đối tượng hàm ân cụ thể. Ví như người bỏ tiền xây một cây cầu ở miền quê, hàng ngàn người sẽ được lợi lạc khi qua lại, nhưng chắc chắn sẽ không ai nghĩ đến sự báo đáp trực tiếp từ những người sử dụng cây cầu. Theo một tâm lý thực tế hơn, người *"thí đức"* theo cách này nếu có cầu mong sự báo đáp thì đó chính là nghĩ đến những quả báo tốt đẹp mà anh ta sẽ được hưởng trong tương lai. Vì thế, trọn câu này có thể dịch sát nghĩa là: *"Gieo trồng phúc đức không mong được báo đáp, vì như thế là trong lòng có sự mưu tính."*

Thực ra, tâm lý *"mong cầu báo đáp"* được đề cập ở đây là một điều khá tinh tế và không dễ phân biệt rõ. Khi người làm việc phúc đức mà lòng tin chắc vào những kết quả tốt đẹp trong tương lai thì không nên xem đó là mong cầu báo đáp. Bởi nếu không nghĩ đến điều này thì người ấy có phần rất dễ rơi vào chỗ chưa tin sâu nhân quả. Với người đã tin sâu nhân quả thì chuyện *"nhìn nhân biết quả"* đã trở thành điều tất yếu mà không thể xem là mong cầu, vì là tất yếu phải như vậy. Tuy nhiên, cái ranh giới mong manh giữa nhận biết nhân quả với mong cầu báo đáp sẽ rất dễ dàng bị vượt qua, mà chỉ dấu báo hiệu chính là ở phần giải thích thêm trong nguyên tác: *"Lòng có mưu tính thì nuôi lớn thêm danh tiếng hảo." (Ý hữu đồ tất hoa danh dục dương.)*

Thật ra, ở cương vị phàm phu như hầu hết chúng ta thì việc khởi tâm làm điều hiền thiện, phúc đức thường không ra ngoài hai trường hợp. Thứ nhất, muốn tu dưỡng, hoàn thiện bản thân mình, quyết chí hướng thượng để thoát khỏi những nỗi khổ đau vì tham lam, sân hận, si mê... Thứ hai, muốn có được một đời sống tương lai tốt đẹp hơn so với hiện tại, nhờ vào những nhân lành phúc đức được gieo trồng vào lúc này.

Đa số chúng ta hẳn rơi vào trường hợp thứ hai. Cho dù ta có mong cầu được báo đáp hay không thì niềm tin chắc chắn vào tương lai tốt đẹp vẫn chính là động lực thúc đẩy ta làm việc thiện lành phúc đức. Không có niềm tin ấy, điều tất nhiên là không ai có thể chấp nhận khó nhọc hoặc thậm chí đôi khi nguy hiểm để làm việc nhân đức.

Rơi vào trường hợp thứ nhất như trên là một số rất ít những người đã có nhân duyên nhiều đời tu tập theo hướng xuất thế. Đối với họ, những hạnh phúc thế gian đã không còn sức cám dỗ lôi cuốn, vì họ nhận chân ra được những khổ đau luôn ẩn tàng phía sau. Do đó, con đường hướng đến của họ là thoát ly mọi khổ não chứ không phải đi tìm một trạng thái *"nhiều vui ít khổ"*. Từ động lực này, họ tu tập các hạnh lành, làm mọi điều phước thiện chỉ duy nhất vì một mục đích là để tu dưỡng, hoàn thiện bản thân mình. Bởi có như vậy họ mới có thể vươn lên và tiến tới trên con đường tu đạo xuất thế. Những vị này tất nhiên sẽ chẳng bao giờ khởi tâm mong cầu khi làm việc phước đức.

Nhưng như đã nói, đa số chúng ta là rơi vào trường hợp còn lại. Một khi ta làm việc phước thiện thì hoặc là được thúc đẩy bởi niềm tin vào nhân quả và mong đợi một cuộc sống tốt đẹp hơn trong tương lai, hoặc với một động lực thô thiển hơn là mong cầu sự báo đáp cho những điều tốt đẹp đã làm. Thật ra, trong cả hai trường hợp này thì kết quả tốt đẹp vẫn là điều tất nhiên sẽ đến, nhưng mức độ *"lợi nhuận"* mà ta có được là hoàn toàn khác xa nhau. Đây mới chính là ý nghĩa sâu xa trong lời khuyên của điều tâm niệm thứ tám này.

Về mặt tâm lý, ta thấy nguyên bản Hán văn đã chỉ ra khá chính xác tâm trạng của đa số người khi thực hiện những điều phước thiện. Một khi khởi sinh ý niệm mong cầu báo đáp, lập tức một phản xạ tính toán, so sánh sẽ được kích hoạt ngay, nhằm giúp ta xác định xem sự việc có đáng để *"bỏ công"* thực hiện hay không. Nói theo từ ngữ trong bản văn thì đó là sự *"mưu tính"*, và một khi trong lòng có sự mưu tính thì cái hư danh *"hơn người"* của mỗi chúng ta sẽ ngay lập tức được vuốt ve, nuôi lớn. Cái hư danh này rất tinh tế, khó thấy, nhưng tác hại thì lại vô cùng, vì nó tiềm tàng mọi điều xấu xa có thể khởi sinh trong tương lai. Một người khi làm từ thiện có thể hoàn toàn không mong đợi nhận lại bất kỳ lợi ích vật chất nào, nhưng lại có thể ngấm ngầm tức giận khi người được giúp đỡ có thái độ thiếu thiện cảm hoặc thậm chí chỉ là đã không... cảm ơn về sự giúp đỡ. Trong nhiều trường hợp khác, người làm việc tốt tuy không mong cầu được báo đáp, nhưng lại âm thầm quảng bá, truyền rộng những điều mình làm để mong cho được nhiều người biết đến. Tất cả những hành vi này chung quy cũng chỉ là vì chịu sự thúc đẩy của cái gọi là *"hư danh"* mà thôi.

Điều mà chúng ta ít khi lưu ý đến là chính sự chạy đuổi theo *"hư danh"* như thế sẽ dễ dàng bóp chết mọi niềm vui trong sáng của chúng ta khi làm được những việc tốt lành. Bởi trong lòng ta trĩu nặng những lo nghĩ về sự *"mưu tính"* đánh bóng tên tuổi bản thân mình, nên không còn chỗ cho sự phát sinh những niềm vui trong sáng vốn rất tự nhiên và nhẹ nhàng sinh khởi mỗi khi ta làm được điều gì đó tốt đẹp cho cuộc đời.

Vì thế, kinh Kim Cang đã vô cùng sâu sắc khi dạy rằng: *"Bồ Tát theo đúng pháp, nên lấy tâm không chỗ trụ mà làm việc bố thí. Nghĩa là chẳng nên trụ nơi hình sắc mà bố thí, chẳng nên trụ nơi âm thanh, hương thơm, mùi vị, cảm xúc, pháp tướng mà bố thí."*

Tâm đã không vướng bận vào hình sắc, âm thanh, mùi vị... thì làm gì còn có chỗ cho hư danh khởi sinh, thôi thúc? Do đó mà người thực hiện hạnh bố thí sẽ giữ được bản tâm trong sáng tròn đầy, chỉ biết mỗi một việc là đang tu dưỡng hoàn thiện chính mình, không còn quan tâm đến những giá trị hư dối của thế gian.

Thế nhưng, đó là chuyện của hàng Bồ Tát. Còn *"phàm*

phu chi nhân" như chúng ta thì trong thực tế là không mấy ai có thể thực sự đi theo đúng con đường xuất thế như vậy. Giữa chốn bụi trần, khi mọi cảm thọ vẫn còn mạnh mẽ, âm thanh hình sắc vẫn còn nhiều tác động, thì việc khởi tâm bố thí nói riêng, hay làm việc phước đức tốt đẹp nói chung, lẽ nào lại có thể xem là vô ích?

Cho nên, chúng ta cũng không nên lớn tiếng chê trách người khác khi thấy họ làm việc phước thiện mà mong cầu báo đáp hoặc chạy theo hư danh. Tất nhiên như thế là không hoàn hảo, nhưng vẫn còn tốt đẹp hơn nhiều so với những kẻ suốt đời chỉ biết bo bo hám lợi, không một chút tiền tài công sức đóng góp vào việc chung hay làm công ích xã hội. Vấn đề ở đây là, điều tâm niệm thứ tám *không nhằm giúp ta dựa vào đó để chê trách những người chưa hoàn hảo, mà nó chỉ là dạy cho ta biết thế nào là hoàn hảo mà thôi.* Như trong kinh Kim Cang, đức Phật có dạy: "Nếu Bồ Tát bố thí với tâm không trụ tướng, phước đức ấy chẳng thể suy lường."

Điều khác biệt ở đây chính là ở chỗ khi ta có thể làm việc phước đức với tâm trong sáng không mong cầu, không vướng mắc, thì tự nhiên kết quả đạt được của việc làm ấy, phước đức của hành vi ấy, sẽ là "chẳng thể suy lường", hay nói cách khác là sẽ lớn lao vô cùng tận.

Ngược lại, những kẻ phàm phu cho dù có thể tránh được những tâm niệm thô như mong cầu sự báo đáp từ người được giúp đỡ, nhưng rất khó lòng dứt hẳn được sự "mưu tính" khi nghĩ đến những kết quả tốt đẹp ngày sau, những phước báo trong tương lai. Mà như thế tức là đã có vướng mắc, đã có mong cầu, không thể đạt được phước báo vô lượng. Nhưng đó là sự thật đối với hầu hết chúng ta, nên cần có sự nhìn rõ, chấp nhận, mới có thể tự mình tu dưỡng tốt hơn.

Hiểu được điều này, chúng ta sẽ tránh cho mình được tâm

trạng mặc cảm khi nhận ra những mong cầu hay thôi thúc tinh tế mỗi lúc ta làm một điều gì tốt đẹp, phước thiện. Điều tất nhiên là cần phải luôn tỉnh giác để không chạy theo hư danh hoặc mong cầu báo đáp từ người được giúp đỡ, nhưng cũng không vì thế mà băn khoăn tự trách khi nhận ra mình chưa thực sự "vô cầu".

"Gieo trồng phúc đức không mong được báo đáp" là một tâm trạng vô cùng cao quý, thoát tục. Tuy mỗi chúng ta đều không dễ đạt đến, nhưng nó lại như ngọn hải đăng luôn sáng ngời giúp định hướng cho ta trong cuộc đời này. Chúng ta cần hiểu rõ rằng, mỗi khi phát tâm làm được một điều gì tốt đẹp, lợi ích cho người khác, nếu trong tâm ta càng gần với trạng thái "vô cầu", không vướng mắc, thì lợi lạc thực sự mà việc ấy mang lại, cả vật chất lẫn tinh thần, chắc chắn sẽ càng lớn lao hơn. Ngược lại, càng chịu sự thôi thúc bởi những toan tính mong cầu, bởi những *"mưu tính"* dù hết sức tinh tế, thì sự lợi lạc từ hành vi phước thiện của ta cũng sẽ theo đó mà suy giảm, nhỏ nhoi hơn.

Với điều tâm niệm thứ tám này, chắc chắn chúng ta sẽ không còn lầm đường lạc lối trong việc tu tạo phước đức, mà mỗi một việc làm với sự tỉnh giác suy ngẫm về điều tâm niệm này đều sẽ có giá trị giúp ta tu dưỡng tự thân để ngày càng trở nên hoàn thiện, tốt đẹp hơn.

Tuần thứ tư tháng 12 năm 2017

Kiến lợi bất cầu triêm phân

Hôm nay chúng ta sẽ tiếp tục chia sẻ về điều tâm niệm thứ chín trong Mười điều tâm niệm được trích từ sách Bảo Vương Tam-muội Niệm Phật Trực Chỉ (寶王三昧念佛直指). Trong nguyên bản Hán văn chép rằng: *Kiến lợi bất cầu triêm phân* (見利不求霑分), và sau đó có phần giải thích: *Si tâm động tất ác lợi hủy kỷ* (癡心動必惡利毀己。) Lại giải thích thêm rằng: *Thế lợi bản không, dục lợi sinh não, lợi mạc vọng cầu.* (世利本空。欲利生惱。利莫妄求。). Có lẽ vì muốn cho dễ hiểu nên Hòa thượng Trí Quang đã dịch các ý này sang tiếng Việt là: *"Thấy lợi thì đừng nhúng vào, vì nhúng vào thì si mê phải động."*

Hai chữ *"triêm phân"* có nghĩa là *"tham gia chia phần"*, như nói *"lợi ích quân triêm"* (利益均沾) nghĩa là đôi bên đều được chia phần lợi ích. Vì thế, *"bất cầu triêm phân"* ở đây hiểu sát nghĩa là *không mong được tham gia chia phần* trong điều lợi ích đó. Tâm lý thông thường của hầu hết chúng ta là mỗi khi thấy ra được một điều gì có lợi thì đều muốn bản thân mình được tham gia chia phần. Tất nhiên, với một người có đạo đức, tu dưỡng, thì mong muốn ấy sẽ lập tức được "xét lại" xem có phù hợp với các chuẩn mực đạo đức hay không? Nếu là một mong cầu không chính đáng, ắt người ấy sẽ lập tức từ bỏ, nhưng nếu xét thấy là "chính đáng", là phù hợp với đạo đức, thì chuyện theo đuổi để được "chia phần" lại thường được xem là tất nhiên, là hợp tình hợp lý.

Nhưng lời khuyên ở đây đặc biệt không đề cập đến việc muốn *"tham gia chia phần"* đó là hợp lý hay không hợp lý, mà nhắc nhở chúng ta một sự thật rằng khi sự tham muốn lợi ích khởi lên thì cũng là lúc tâm si mê động khởi, và do đó mà những lợi ích xấu ác sẽ hủy hoại bản thân ta.

Hơn thế nữa, bản văn còn đi sâu chi tiết hơn khi chỉ rõ: *"Thế lợi bản không"*, nghĩa là bản chất những lợi ích thế tục vốn là rỗng không, không chân thật. Bản chất không thật này thể hiện rõ ràng ở sự bấp bênh *"sớm còn tối mất"* mà không một giá trị vật chất nào tránh khỏi. Thế nhưng, cho dù chúng bấp bênh không thật như thế, sự mong cầu tham muốn đối với chúng lại thực sự làm khởi sinh phiền não trong lòng ta: *"Dục lợi sinh não."*

Thấy rõ được sự thật đó nên lời khuyên ở đây là: *"Lợi mạc vọng cầu"* (Dù thấy lợi cũng chớ nên vọng cầu.) Hai chữ *"vọng cầu"* nhắc nhở chúng ta một sự thật là sự mong cầu của ta chưa hẳn - và thường không - mang đến kết quả, cho nên đó chỉ là một sự mong cầu ảo vọng mà thôi.

Tóm gọn các ý nghĩa vừa bàn qua như trên, ta có thể tạm dịch điều tâm niệm này thật đầy đủ là: *"Thấy điều lợi đừng mong chia phần, vì tâm tham lam thì si mê nổi dậy, điều lợi xấu sẽ hủy hoại tự thân mình."*

Tham lam, sân hận và si mê là ba tâm độc hại, gây nhiều khổ đau cho bản thân ta và người khác. Chúng không hiện khởi độc lập, riêng rẽ mà luôn có sự tương quan, chèo kéo lẫn nhau. Những kẻ ngu si thường không bao giờ có đủ sáng suốt để kiềm chế sự tham lam hay sân hận, nhưng người sáng suốt đến đâu mà một khi đã *"mờ mắt"* bởi lòng tham cũng đều trở thành ngu muội. Lòng sân hận cũng vậy, nó đốt cháy sự khôn ngoan của bất cứ ai, khiến họ hành xử như kẻ hoàn toàn không trí tuệ. Đây đều là những thực tế có thể quan sát thấy dễ dàng trong cuộc sống. Chưa từng thấy ai trong cơn nóng giận bộc phát mà có thể giữ được sự bình tĩnh cần thiết, đừng nói gì đến chuyện sáng suốt cân nhắc thiệt hơn. Cũng vậy, những thất bại trong quyết định kinh doanh phần lớn cũng xuất phát từ sự chi phối của lòng tham. Càng tham muốn mãnh liệt thì người ta càng thiếu sáng suốt trong việc đưa ra quyết định, và do đó sai lầm là điều rất dễ phạm vào. Cho nên, *"tâm tham lam thì si mê nổi dậy"* là một nguyên tắc thực tế chi phối bất kỳ ai. Và muốn tránh được sự chi phối tai hại này, cách hữu hiệu nhất là *"thấy điều lợi đừng mong chia phần"*.

Một khi có thể tỉnh táo trước bất kỳ mối lợi nào, ta sẽ giữ được sự sáng suốt vốn có của mình để cân nhắc và đưa ra những quyết định hành xử thích hợp. Thật ra, bản thân những điều lợi ích tự chúng không mang tính chất xấu hoặc tốt. Quan điểm tránh xa mọi lợi ích là một quan điểm cực đoan. Nếu có thể đạt được lợi ích một cách sáng suốt và chân chánh, thì lợi ích đó sẽ giúp ta làm được nhiều điều lợi ích khác, mang đến niềm vui cho bản thân và mọi người quanh ta, như vậy thì đâu có gì sai trái?

Một người khôn ngoan sẽ biết vận dụng đúng điều tâm niệm này bằng cách luôn tỉnh táo trước mọi cơ hội kiếm được lợi ích, mà trước hết là đừng bao giờ mong muốn được chia phần với tất cả những món lợi mà mình nhìn thấy được. Điều đó là vô lý, ảo vọng và tai hại. Tuy nhiên, cũng cần hiểu rằng tất cả chúng ta đều bình đẳng trước bất kỳ cơ hội kiếm lợi nào, và ai tận dụng được cơ hội đó một cách chân chánh, minh bạch, người ấy sẽ thu được phần lợi ích mà không có gì sai trái cả.

Kiếm lợi như thế không phải là *"mong muốn chia phần"*, mà là dựa vào năng lực bản thân mình để tận dụng cơ hội mà cuộc đời (hay nhân duyên) mang đến. Và hơn nữa, khi đã có lợi rồi thì người khôn ngoan sẽ luôn biết cách sử dụng nguồn lợi ấy như thế nào để càng lợi mình lợi người hơn nữa, bởi vì họ luôn thấu hiểu rằng bản chất những giá trị vật chất vốn là không bền vững, là giả tạm, nên cách duy nhất để giữ lại được chúng chính là chuyển sang thành những giá trị chân thật như lòng nhân ái, sự cảm thông chia sẻ... Khi giá trị vật chất được sử dụng như một phương tiện hữu hiệu để *"cứu khổ ban vui"* cho người khác, nó không còn là những giá trị giả tạm nữa mà được chuyển thành những giá trị cao quý, chân thật, vì niềm vui và sự giảm nhẹ khổ đau cho mọi chúng sinh là điều có thật trong cuộc đời, là mục tiêu tu tập của người học Phật.

Vì thế, không nên hiểu lầm về điều tâm niệm này như là một lời khuyên tránh xa mọi nguồn lợi thế tục. Điều đó vừa bất khả thi, vừa đẩy chúng ta vào một tâm trạng tiêu cực, vô tâm với cuộc đời này. Cách hiểu đúng là phải luôn tỉnh giác trước mọi cơ hội kiếm lợi và không để cho *"tâm tham lam nổi dậy"*. Biểu hiện thông thường nhất của tâm tham lam đó chính là ý muốn *"được chia phần"* trong bất kỳ mối lợi nào, cho dù ta không thể lý giải được vì sao. Ngược lại, việc nhận biết được một cơ hội kiếm lợi và có những quyết định hành xử đúng đắn, thích hợp để biến cơ hội đó thành hiện thực, thì có thể đó cũng chính là một cơ hội để ta làm lợi mình lợi người, giúp ta thực hành tôn chỉ *"cứu khổ ban vui"* cho người khác.

Điểm cốt yếu cần nhận rõ ở đây là chính cái tâm lý *"mong muốn chia phần"* mỗi khi thấy lợi luôn là động lực khơi dậy tâm tham lam; và sự tham lam đó khiến ta trở nên si mê, không còn sáng suốt, chỉ biết hành động theo sự thúc giục của lòng tham, của nguồn lợi bất chính. Và đó chính là điểm khởi đầu cho sự hủy hoại mọi công đức, giá trị nhân cách cũng như phẩm chất đạo đức mà ta đã khổ công gìn giữ, tích lũy từ lâu.

Người xưa thường nói: *"Cá chết vì tham mồi, người chết vì tham lợi"*, cũng không ra ngoài ý nghĩa này. Giữ được sự tỉnh giác và sáng suốt trước mọi cám dỗ vật chất là điều không dễ dàng, nhưng đó lại là điều bắt buộc phải luôn tâm niệm nếu ta không muốn rơi vào cạm bẫy của lòng tham, bởi kết quả sẽ luôn là sự tổn hại tồi tệ nhất cho mọi giá trị tinh thần và đạo đức mà ta đã có được.

Điều giải thích đáng chú ý của bản văn còn nằm ở câu: *"Thế lợi bản không, dục lợi sinh não, lợi mạc vọng cầu."* Chỉ khi hiểu được bản chất của những lợi ích thế tục vốn là không bền chắc, giả tạm, ta mới có thể giữ được sự tỉnh táo sáng suốt trước những cám dỗ của nó. Bản thân người viết đã từng chứng kiến một câu chuyện thương tâm khi người mẹ già vừa qua đời còn chưa an táng thì con cái đã hùng hổ tranh nhau phân chia gia sản, chỉ vì đối với họ đó là những giá trị quá to lớn, cho dù chính bản thân mỗi người bọn họ cũng đã sở hữu không ít những tài sản kếch sù. Họ làm thế chính là vì cái tâm lý *"thấy lợi muốn chia phần"*. Nhưng họ không hề biết rằng tất cả những giá trị vật chất họ đang nhìn thấy đó, tưởng chừng như rất thật, rất cụ thể, thì lại là những giá trị hoàn toàn vô nghĩa mà không ai trong bọn họ có thể mang theo sau hơi thở cuối đời. Hơn thế nữa, không ai có thể đảm bảo rằng chúng sẽ luôn ở lại với họ mà sẽ không ra đi theo cách này hoặc cách khác... Chỉ cần một trong các đứa con của họ mắc bệnh nan y chẳng hạn, thì bấy nhiêu tài sản đó sẽ dễ dàng chuyển hóa tất cả thành chi phí thuốc men và phẫu thuật, để rồi cả gia đình sẽ rơi vào trắng tay trong một sớm một chiều... Những điều đó đều có thể xảy ra mà không ai biết trước được.

Nhưng trong khi chạy theo những giá trị bấp bênh giả tạm, những người con tranh chấp nhau ấy đã trở thành những con người máu lạnh, vô đạo đức khi trơ lỳ trước cái chết của người mẹ già, chỉ còn quan tâm tới mối lợi mà họ nghĩ mình cần phải được chia phần. Kẻ đứng ngoài sáng suốt hẳn ai ai cũng cười chê điều đó, nhưng nếu không luôn có sự tâm niệm trong lòng, một khi những điều tương tự xảy đến với chúng ta thì sao... Ai mà biết được?

Cho nên, *"thế lợi bản không"* là điều mà chúng ta phải luôn suy ngẫm. Có nhận thức rõ ràng được điều này thì mới có thể thản nhiên đối diện với mọi cám dỗ vật chất. Bằng không, những giá trị vật chất lớn lao bao giờ cũng sẽ là những sự thôi thúc, thu hút sự chú ý và tham muốn của chúng ta đến độ khó lòng kiểm soát được.

Giá trị vật chất vốn không thường tồn, nhưng một khi khởi tâm tham muốn chúng thì phiền não lập tức khởi sinh. Đó là điều ta cần thấy rõ để ngăn ngừa từ lúc chưa sinh khởi. Tai hại của những hành vi thúc đẩy bởi tâm tham lam thì ai trong chúng ta cũng đều rõ biết, nhưng tai hại do những phiền não khởi sinh từ sự tham muốn đó lại là điều ẩn tàng khó thấy. Một khi tâm tham đã khởi, nó sẽ dần dần kéo theo trong ta nhiều tâm niệm phiền não khác như sự lo lắng, sự nôn nao, sự bất mãn, sự oán giận, sự bực tức... Tùy theo diễn tiến khác biệt của tình huống có cho phép ta giành được mối lợi mình đang tham muốn đó hay không mà đủ loại tâm trạng phiền não sẽ theo nhau sinh khởi, khiến ta không còn bất kỳ một phút giây an ổn, thanh thản nào nữa cả.

Và chính vì những tổn hại như vừa kể trên, nên lời khuyên khôn ngoan nhất cho tất cả chúng ta chính là "thấy điều lợi đừng mong chia phần".

Mong sao những chia sẻ trên đây có thể mang lại được ít nhiều lợi lạc cho người đọc.

Tuần cuối tháng 12 năm 2017

Bị ức bất cầu thân minh

Hôm nay chúng ta sẽ tiếp tục chia sẻ về điều tâm niệm cuối cùng trong Mười điều tâm niệm được trích từ sách Bảo Vương Tam-muội Niệm Phật Trực Chỉ (寶王三昧念佛直指). Trong nguyên bản Hán văn chép rằng: *Bị ức bất cầu thân minh* (被抑不求申明), và sau đó có phần giải thích: *Tồn nhân ngã tất oán hận tư sinh* (存人我必怨恨滋生。) Lại giải thích thêm rằng: *Thụ ức năng nhẫn, nhẫn ức vi khiêm, ức hà thương ngã.* (受抑能忍。忍抑為謙。抑何傷我。)

Hòa thượng Thích Trí Quang đã dịch điều tâm niệm này sang tiếng Việt là: *"Oan ức không cần biện bạch, vì làm như vậy là hèn nhát mà oán thù càng tăng thêm."*

Dịch nghĩa như thế quả thật dễ hiểu, nhưng có phần thoát xa ý nghĩa của nguyên ngữ, và do đó cũng không thực sự là những gì bản văn muốn nói. Chúng ta sẽ thử phân tích ý nghĩa nguyên tác để có một cái nhìn rõ nét hơn, từ đó có thể hiểu và thực hành điều tâm niệm này theo sát với ý nghĩa của nguyên tác hơn.

Trước hết, hai chữ *"bị ức"* (被抑) chỉ tình trạng bị đè nén, áp chế, tất nhiên là từ người khác. Đúng là *"ức"* thường đi đôi với *"oan"* trong *"oan ức"* (冤抑) với ý nghĩa bị áp chế, đè nén vì một lý do sai lệch, vô lý, không do lỗi của mình, thường do sự hiểu lầm, hiểu sai của người khác. Tuy nhiên, ý nghĩa này không tự có trong chữ *"ức"*. Việc hiểu *"ức"* thành *"oan ức"* có thể do hai chữ *"thân minh"* (申明) đi theo sau nó như sẽ đề cập dưới đây.

Chữ *"thân"* (申) ở đây có nghĩa là bày tỏ, nói ra điều gì. Vì thế, *"thân minh"* (申明) có nghĩa là bày tỏ, nói ra điều gì cho rõ ràng, minh bạch, để mọi người đều hiểu rõ. Có lẽ vì ý nghĩa phân trần, bày tỏ này mà Hòa thượng Trí Quang cho rằng chữ *"ức"* trước đó hàm nghĩa *"oan ức"*. Tuy nhiên, người bị áp chế, đè nén vì bất kỳ lý do gì khi xét thấy không hợp lý cũng đều có khuynh hướng muốn phân trần, giải bày cùng người khác, không nhất thiết đó phải là một sự oan ức, hàm nghĩa bị hiểu lầm. Do đó, xét kỹ thì chữ *"oan ức"* đã giới hạn ý nghĩa của chữ *"ức"* trở nên hạn hẹp hơn, vì oan ức chỉ là một phần trong rất nhiều phạm vi áp chế, đè nén khác mà một người có thể phải gánh chịu.

Lại xét tiếp đến hai chữ *"bất cầu"* (不求) thì ý nghĩa của chúng là *"không mong cầu, không mong muốn"* chứ không phải là *"không cần"*. Khi chúng ta không mong cầu một điều gì, không có nghĩa là ta không cần đến điều đó. Trên tinh thần tu học, quý vị có thể hướng đến một đời sống tri túc, đơn giản không mong cầu tiền bạc của cải, nhưng điều đó hoàn toàn không có nghĩa là quý vị có thể sống mà không cần đến tiền bạc. Đó là hai chuyện khác nhhau.

Trong thực tế, nếu chúng ta bị áp chế, đè nén bởi một người hay một thế lực nào đó, thì việc sử dụng các giải pháp ôn hòa như giải thích, biện minh là cần thiết nếu có thể giúp xóa bỏ đi tình trạng này. Tuy nhiên, ta vẫn có thể làm điều đó mà không khởi tâm mong cầu, không có sự thúc bách nhất thiết phải đạt được kết quả. Và đó mới chính là ý nghĩa của lời khuyên trong điều tâm niệm này.

Lấy ví dụ, khi quý vị làm việc trong một bộ phận mà người đứng đầu có định kiến sai lầm, nhận thức không đúng về quý vị, do đó mà ông ta đã cố ý chèn ép, gây bất lợi rất nhiều cho công việc của quý vị. Trong trường hợp đó, nếu có thể trực tiếp trao đổi, giải thích để xóa tan đi những hiểu lầm về nhau, tạo mối quan hệ tốt đẹp hơn, chắc chắn sẽ là điều ai cũng mong muốn. Như vậy, ta không thể nói là "không cần biện bạch", vì thật ra điều đó là rất cần.

Nhưng phải biện bạch, phân trần, giải thích như thế nào, đó mới là vấn đề. Theo lời khuyên của điều tâm niệm này, sự biện bạch, giải thích ở đây nên được phát khởi trên tinh thần vô cầu, không mong cầu. Chỉ có như vậy, bản thân ta mới tránh được những định kiến ngược lại đối với người đang áp chế, chèn ép ta.

Lý do mà bản văn đưa ra để giải thích cho lời khuyên này là: *Tồn nhân ngã tất oán hận tư sinh* (存人我必怨恨滋生。) có nghĩa là: *"Còn phân biệt giữa người khác và ta thì tất yếu phải tăng thêm oán hận."* Và đây mới là nguyên nhân chính yếu của vấn đề. Chính sự phân biệt *"người khác"* và *"cái ta"* là nguyên nhân dẫn đến mọi tư tưởng, lời nói cũng như việc làm mang tính vị kỷ, vun vén cho bản thân mình. Và vì thế, cũng chính sự phân biệt *"nhân ngã"* này là nguyên nhân dẫn đến sự oán hận người khác khi họ không chăm lo đúng mức cho *"cái tôi"* của mình, lại cũng là nguyên nhân khiến ta sẵn sàng gây tổn hại cho người khác, tạo ra những mối oán hận của người khác đối với mình.

Người Phật tử học lý *"vô ngã"* từ lời Phật dạy thì khi cố gắng làm tất cả các việc thiện, không thể làm với động lực mang lại danh lợi cho chính mình. Cũng từ việc học hiểu lý *"vô ngã"*, chúng ta phải nhận biết rằng không hề có một *"cái ta"* thực sự đáng để ta phải dành hết mọi sự quan tâm, thậm chí sẵn sàng đạp lên những tổn hại của người khác để bảo vệ cho nó. *"Cái ta"* mà ta đang vun vén, yêu quý đó, cũng chỉ là một thực thể giả hợp từ nhân duyên mà thôi.

Cho nên, khi một người tu tập chưa hàng phục được bản ngã, chưa dứt trừ được tập khí phân biệt *"nhân ngã"* dẫn đến sự đối xử phân biệt giữa ta và người khác, thì sự tăng thêm những mối oán hận trong đời cũng là điều tất nhiên, nhất là khi có sự va chạm, mâu thuẫn giữa *“ta”* và *“người khác”*.

Bởi vậy, lời khuyên ở đây là nếu muốn giải quyết triệt để tận gốc của vấn đề, ta phải hiểu ra được nguyên nhân của nó chính là từ chỗ *“tồn nhân ngã”*, nghĩa là việc duy trì và nuôi dưỡng một quan niệm sai lầm phân biệt giữa *“ta”* và *“người khác”*.

Khi ta đã dẹp bỏ được chấp ngã, có thể khởi tâm bình đẳng trong sự ứng xử với người khác, thì dù có bị người khác áp chế cũng không sinh tâm oán hận, mà có thể khách quan xem xét vấn đề để tìm ra giải pháp thích hợp. Chính vì vậy mà dù có bị chèn ép, áp chế, cũng không mong cầu sự biện bạch, giải thích, có thể tùy duyên ứng xử với người, không khởi tâm oán hận, ghét bỏ. Đây cũng chính là ý nghĩa *“không hận diệt hận thù”* như trong kinh Pháp cú đã dạy.

Thử hình dung khi có sự áp chế, chèn ép mà ta khởi tâm mong cầu biện bạch, giải thích, thì một khi giải pháp ấy không đạt được kết quả gì, chẳng phải là ta sẽ sinh tâm oán hận hoặc bực dọc, phiền não nhiều hơn hay sao? Nếu ngay từ đầu đã không khởi tâm mong cầu, thì sự việc có thể tùy duyên ứng xử, cho dù có kết quả tốt đẹp hóa giải được mọi việc cũng tốt, mà không đạt kết quả như ý ta vẫn có thể giữ được tâm an ổn.

Cho nên, để hiểu sát với nguyên văn, điều tâm niệm này cần được dịch là: *“Bị áp chế không mong cầu biện giải, vì chưa dứt trừ nhân ngã chỉ làm cho oán hận tăng thêm.”*

Phần giải thích sâu hơn cho biết: *Thụ ức năng nhẫn, nhẫn ức vi khiêm, ức hà thương ngã.* (受抑能忍。忍抑為謙。抑何傷我。) Tạm dịch: *“Bị áp chế mà có thể nhẫn chịu, sự nhẫn chịu đó giúp ta [có đức] khiêm hạ, vậy nên áp chế cũng không thể làm ta tổn hại gì.”*

Chữ *“khiêm”* (謙) trong *“nhẫn ức vi khiêm”* chỉ sự khiêm hạ, nhún nhường, tự nhận phần kém cỏi về mình và khởi tâm kính trọng người khác. Đây là đức tính căn bản để dẹp bỏ sự kiêu ngạo, ngã mạn, và là đức tính chỉ có thể đạt được khi ta học hiểu được lý *“vô ngã”*, không còn quá cố chấp và xem trọng *“bản ngã”* của riêng mình. Xét như vậy thì ý nghĩa này rất khác biệt và không liên quan gì đến sự *“hèn nhát”*.

Phần giải thích này chính là nêu rõ hơn ý nghĩa *“tu trong nghịch cảnh”*, lấy sự nhẫn nhục, chịu đựng những áp chế của người khác để rèn luyện đức khiêm hạ, bẻ dẹp lòng kiêu mạn. Người tu tập nếu có thể xem sự áp chế, bức bách của người khác đối với mình chỉ như phương tiện giúp mình rèn luyện thêm đức nhẫn nhục và khiêm hạ, thì sự áp chế, bức bách ấy làm sao có thể gây tổn hại đến mình?

Tất nhiên, cần phải hiểu ý nghĩa tổn hại ở đây được xét về mặt tinh thần là chính chứ không phải những tổn hại về thể chất. Nếu xét về sự tổn hại tinh thần, thì một khi bị người khác áp chế, tâm lý tự nhiên là sẽ sinh tâm oán hận, bực tức. Khi sự áp chế tiếp tục kéo dài, nhiều tâm trạng phiền não cũng sẽ dần dần sinh khởi, kể cả những ý niệm xấu ác nhằm phản kháng lại sự áp chế. Trong thực tế, chính những tâm hành phiền não như thế mới là tổn hại lớn lao mà sự áp chế có thể gây ra cho chúng ta. Tuy nhiên, với một tâm thế nhẫn nhục và xem thường mọi sự áp chế, có thể sẵn lòng nhận chịu và xem đó như bài học rèn luyện tính khiêm hạ cho mình, thì rõ ràng những tâm hành phiền não sẽ không thể dựa vào đâu để sinh khởi được.

Đến đây cần nhấn mạnh lại sự khác biệt giữa “không cần biện bạch” với *“không mong cầu biện bạch”*. Một đàng là không quá xem trọng, một đàng là bất cần. Ý nghĩa *"bất cần"* thật ra là không thực tiễn và cũng không hợp lý, nhưng ý nghĩa *"không mong cầu"* chính là một sự thể hiện của nguyên tắc *"tùy duyên"*. Khi sự áp chế đến với chúng ta mà có thể tùy duyên nhẫn chịu, thì cho dù có thể hóa giải được hay không ta cũng đều có thể đủ sức để tiếp tục sẵn sàng chịu đựng mà không bị thương tổn về mặt tinh thần. Và đây mới là ý nghĩa thực sự trong lời khuyên được rút ra từ điều tâm niệm thứ mười: *"Bị áp chế không mong cầu biện giải, vì chưa dứt trừ nhân ngã chỉ làm cho oán hận tăng thêm."*

Mong sao những chia sẻ trên đây có thể mang lại được ít nhiều lợi lạc cho người đọc.

LỜI BẠT

Năm 2017 đã trôi qua. Cùng với nhiều sự phát triển trong sinh hoạt cộng đồng trực tuyến bao gồm chia sẻ tri thức và kinh nghiệm sống, số lượng thành viên Cộng đồng Rộng Mở Tâm Hồn (www.rongmotamhon.net) cũng đã thực sự phát triển nhanh chóng, từ con số 2.000 vào thời điểm thành lập (tháng 10 năm 2013), đến nay đã là hơn 8.000 thành viên. Mức độ phát triển trung bình như vậy là 2.000 thành viên mới mỗi năm.

Thành viên tham gia Cộng đồng là hoàn toàn tự nguyện và miễn phí, được hưởng các lợi ích cộng đồng như cùng nhau chia sẻ tri thức, được sử dụng kho dữ liệu tri thức khổng lồ (có bản quyền) với hàng ngàn tựa Kinh sách Phật học, được hỗ trợ tra cứu từ điển Phật học, từ điển chuyên ngành, từ điển ngoại ngữ... với các công cụ thường xuyên cập nhật và phát triển. Ngoài ra, sự gắn kết giữa các thành viên còn được thể hiện qua việc trao đổi thông tin với Ban Điều Hành và với các thành viên khác, được nhận Lá thư hằng tuần vào mỗi dịp cuối tuần, được hỗ trợ các thông tin kỹ thuật trong quá trình sử dụng website cũng như được giải đáp các thắc mắc Phật học qua email hoặc qua các chuyên mục của Cộng đồng.

Chuyên mục *Lá thư hằng tuần* vừa được thử nghiệm lần đầu tiên trong năm 2017, bắt đầu từ cuối tháng 1 và tính đến nay đã có tất cả 49 lá thư được gửi đi đều đặn mỗi dịp cuối tuần. Nội dung các lá thư này đã được thành viên hoan nghênh, đón nhận và chia sẻ cùng bạn bè thân hữu. Đó là một thành tựu rất đáng mừng cho tất cả chúng ta, vì thông qua đó mà những lời dạy của đức Thế Tôn đang đến với từng người học Phật theo một phương cách nhẹ nhàng, dễ hiểu nhưng không kém phần hiệu quả.

Với nội dung được biên soạn một cách có hệ thống và phát triển từ dễ đến khó trong tiến trình tiếp cận và tìm hiểu Phật pháp, chúng tôi dự kiến có thể sử dụng các nội dung này như một tài liệu tham khảo dành cho người học Phật trong một năm, với 49 bài học trong 52 tuần lễ. Sách *Kinh nghiệm tu tập* sẽ giúp độc giả làm quen với các khái niệm Phật học đơn giản và ứng dụng thực tế trong đời sống, trong khi sách *Học đạo trong đời* sẽ đề cập đến các vấn đề có tính chuyên sâu và phức tạp hơn, giúp người học Phật nắm vững được tiến trình tu tập đúng hướng theo Phật pháp.

Cuối cùng, nhân dịp toàn bộ nội dung các Lá thư hằng tuần được biên soạn và xuất bản thành hai tập sách: *"Kinh nghiệm tu tập"* và *"Học đạo trong đời"*, chúng tôi xin chân thành cảm ơn tất cả thành viên Cộng đồng đã luôn gắn bó và ủng hộ mọi hoạt động của chúng tôi, cảm ơn quý độc giả gần xa đã nhiệt tình đón nhận nội dung các tập sách này trong lần đầu tiên xuất bản tại Hoa Kỳ. Qua đó, chúng tôi tin tưởng rằng quý độc giả tại Việt Nam cũng sẽ hoan hỷ đón nhận các tập sách này trong dịp đầu năm mới 2018.

Ngày đầu năm 2018

Trân trọng,

Nguyên Minh

Lời thưa

Trong kinh Pháp Cú, đức Phật dạy rằng: "Pháp thí thắng mọi thí." Thực hành Pháp thí là chia sẻ, truyền rộng lời Phật dạy đến với mọi người. Mỗi người Phật tử đều có thể tùy theo khả năng để thực hành Pháp thí bằng những cách thức như sau:

1. Cố gắng học hiểu và thực hành những lời Phật dạy. Tự mình học hiểu càng sâu rộng thì việc chia sẻ, bố thí Pháp càng có hiệu quả lớn lao hơn. Nên nhớ rằng **việc đọc sách còn quan trọng hơn cả việc mua sách**.

2. Phải trân quý kinh điển, sách vở in ấn lời Phật dạy. Khi có điều kiện thì mua, thỉnh về nhà để tự mình và người trong gia đình đều có điều kiện học hỏi làm theo. Không nên giữ làm của riêng mà phải sẵn lòng chia sẻ, truyền rộng, khuyến khích nhiều người khác cùng đọc và học theo. Không nên để kinh sách nằm yên đóng bụi trên kệ sách, vì **kinh sách không có người đọc thì không thể mang lại lợi ích**.

3. Tùy theo khả năng mà đóng góp tài vật, công sức để hỗ trợ cho những người làm công việc biên soạn, dịch thuật, in ấn, lưu hành kinh sách, **để ngày càng có thêm nhiều kinh sách quý được in ấn, lưu hành**.

Thông thường, việc chi tiêu một số tiền nhỏ không thể mang lại lợi ích lớn, nhưng nếu sử dụng vào việc giúp lưu hành kinh sách thì lợi ích sẽ lớn lao không thể suy lường. Đó là vì đã giúp cho nhiều người có thể hiểu và làm theo lời Phật dạy. Mong sao quý Phật tử khắp nơi đều lưu tâm đóng góp sức mình vào những việc như trên.

TINH YẾU THỰC HÀNH PHÁP THÍ

- Mua thỉnh kinh sách về đọc, tự mình sẽ được rất nhiều lợi ích.

- Chia sẻ, truyền rộng bằng cách cho mượn, biếu tặng kinh sách đến nhiều người thì lợi ích ấy càng tăng thêm gấp nhiều lần.

- Đóng góp công sức, tài vật để hỗ trợ công việc biên soạn, dịch thuật, giảng giải, in ấn, lưu hành kinh sách thì công đức lớn lao không thể suy lường, vì có vô số người sẽ được lợi ích từ việc lưu hành kinh sách.

www.ingramcontent.com/pod-product-compliance
Ingram Content Group UK Ltd.
Pitfield, Milton Keynes, MK11 3LW, UK
UKHW020141250726
13967UKWH00002B/792